കനലെരിയുന്ന നാട്ടുപാതകൾ

kanaleriyunna nattu paathakal
stories

•

pavithran mokeri

•

first edition
february 2020

•

published
chintha publishers, thiruvananthapuram

•

typesetting
star communications, thiruvananthapuram

•

cover
vinod mangoes

Distribution

DESHABHIMANI BOOKHOUSE

H O Thiruvananthapuram 695035
phone: 0471-2303026, 6063026
Email: chinthapublishers@gmail.com
Website: www.chinthapublishers.com

Branch

Head Office Kunnukuzhi • Statue Thiruvananthapuram • KSRTC Bus Station Alappuzha • KSRTC Bus Station Ernakulam • Machingal Lane Thrissur • IG Road Kozhikode • Mavoor Road Kozhikode • NGO Union Building Kannur • Central Bus Terminal Complex Thavakkara Kannur

CO - 2844 / 5111
ISBN - 978-93-89410-05-1

കനലെരിയുന്ന നാട്ടുപാതകൾ

(കഥകൾ)

പവിത്രൻ മൊകേരി

ചിന്ത പബ്ലിഷേഴ്സ്
തിരുവനന്തപുരം-695 035

പവിത്രൻ മൊകേരി

കണ്ണൂർ ജില്ലയിൽ തലശ്ശേരി താലൂക്കിൽ മൊകേരിയിൽ ജനിച്ചു. അച്ഛൻ: കെ വി അച്ചുതൻ, അമ്മ: കെ പി ദേവൂട്ടി. ഏറെക്കാലം തലശ്ശേരിയിൽ ഒരു സമാന്തര വിദ്യാലയത്തിൽ അദ്ധ്യാപകൻ. ഇപ്പോൾ ആരോഗ്യവകുപ്പിൽ ജൂനിയർ ഹെൽത്ത് ഇൻസ്പെക്ടർ.

സ്റ്റേറ്റ് ലൈബ്രറി കൗൺസിൽ, പുരോഗമന കലാസാഹിത്യ സംഘം, വിവിധ സാംസ്കാരിക സംഘടനകൾ എന്നിവയിൽ പ്രവർത്തിക്കുന്നു. അമേച്വർ നാടകവേദിയുടെ പ്രവർത്തകനുമാണ്.

നാടകരചനയ്ക്കും സംവിധാനത്തിനും കഥാരചനയ്ക്കും നിരവധി പുരസ്കാരങ്ങൾ ലഭിച്ചിട്ടുണ്ട്.

കൃതികൾ: *രക്ഷകൻ കുന്നിന്റെ കൂട്ടുകാർ* (കുട്ടികളുടെ നാടകം), *പെരുന്തീപെയ്യുന്ന താഴ്‌വാരങ്ങൾ* (സാമൂഹ്യ നാടകം), *ആരോഗ്യവിചാരം* (കുറിപ്പുകൾ), ഐ വി ദാസ്–ഹൃദയപക്ഷത്തിലെ സൂര്യശോഭയോടെ.

ഭാര്യ : ഷജിന എം
മക്കൾ : അക്ഷയ് പി ഷജിൻ, ഋതവർണ്ണ പി എസ്
വിലാസം : ശാരദാ നിലയം, പി ഒ ചമ്പാട്.
ഫോൺ : 9446449978.

ഉള്ളടക്കം

സമർപ്പണം

കേരള ഗ്രന്ഥശാലാ സംഘത്തിന്റെ
അമരക്കാരനായി
അക്ഷരോപാസകനായി
വായന മരിക്കുന്നില്ലെന്ന് ഉദ്ഘോഷിച്ച്
ഓർമ്മയായിത്തീർന്ന
അഭിവന്ദ്യ ഗുരു
സ. ഐ വി ദാസിന് ആദരണത്തിന്റെ
ചുവന്ന പൂക്കൾ.

പ്രസാധകക്കുറിപ്പ്

പവിത്രൻ മൊകേരിയുടെ വ്യത്യസ്തമായ ഒരുപിടി കഥകളുടെ സമാഹാരമാണ് *കനലെരിയുന്ന നാട്ടുപാതകൾ.* വർഗ്ഗീയതയുടെയും തീവ്രവാദ മതരാഷ്ട്രീയത്തിന്റെയും വിഹ്വലതകളിൽ കുഴങ്ങുന്നവരുടെ മുന്നിൽ ഒരു ശാലീനഗ്രാമത്തിന്റെ ചരിത്രാനുഭവങ്ങളാണ് തറികളുടെയും റാട്ടിന്റെയും പശ്ചാത്തലത്തിൽ പവിത്രൻ മൊകേരി എഴുതി വയ്ക്കുന്നത്. എഴുത്തുകാരന്റെ ജീവിതവും സ്ഥലകാലങ്ങളും ഈ കഥകളിൽ അടയാളപ്പെടുത്തുന്നുണ്ട്.

ആത്മാനുഭവത്തിന്റെ തീവ്രത കണ്ടെത്താനാവുന്ന ഈ കഥകൾ കഥാകാരൻ താണ്ടിയ വഴികളിലൂടെ ഓരോരുത്തരും സൂക്ഷ്മതയോടെ സുരക്ഷിതരായി കടന്നുപോകേണ്ടതുണ്ടെന്ന് വായനക്കാരെ ഓർമ്മപ്പെടുത്തുന്നു. മികച്ച വായനാനുഭവം നല്കുന്ന ഈ കൃതി വായനക്കാരുടെ മുന്നിലെത്തിക്കുന്നതിൽ ഞങ്ങൾക്കു സന്തോഷമുണ്ട്.

ചിന്ത പബ്ലിഷേഴ്സ്

ആമുഖം

ഞാൻ നടന്ന വഴികൾ, കണ്ട മുഖങ്ങൾ, എന്റെ ഓർമ്മയിൽ ഒട്ടി നിന്ന അനുഭവങ്ങൾ... അക്ഷരങ്ങളായി പൂവിട്ട് കഥകളായി വിരിഞ്ഞ താണ്. നൊമ്പരങ്ങളും പ്രതിഷേധങ്ങളും വിസ്മയങ്ങളും വിഹ്വലതകളു മെല്ലാം സമന്വയിച്ച്.... പരിണമിച്ച ഏഴു കഥകൾ ഒരു സമാഹാരമായി വായനയുടെ ലോകത്തേക്ക് സമർപ്പിക്കുന്നു.

ചിലരുടെ നിർബ്ബന്ധം, പിന്നെ പ്രോത്സാഹനം ഈ കഥാപുസ്തക ത്തിന്റെ പ്രസിദ്ധീകരണത്തിന് പ്രചോദനമായി. ഈ വേളയിൽ സൗഹൃ ദങ്ങളുടെ ഒരു നീണ്ട നിര എന്റെ മുന്നിൽ തെളിഞ്ഞുവരുന്നു.

എന്നെ ഒരു അദ്ധ്യാപകനാക്കിയ, എഴുത്തിലേക്ക് വഴിതെളിയിച്ച ജീവിതത്തിന് ദിശാബോധം നല്കിയ തലശ്ശേരി എജ്യൂക്കേഷണൽ & കൾച്ചറൽ സൊസൈറ്റി സ്ഥാപനമായ ക്രൈസ്റ്റ് കോളേജിന്, അതിന്റെ പ്രസിഡന്റ് വി കെ പ്രഭാകരൻ, സെക്രട്ടറി സി ഭാസ്കരൻ, സമിതി അംഗ ങ്ങൾ, പ്രിൻസിപ്പാൾ എ വി രാജൻ എന്നിവരെ ആദരവോടെ ഓർക്കുന്നു. ഒപ്പം എന്നും ഗുരുതുല്യനായി നിന്ന ടി കെ ഡി മുഴപ്പിലങ്ങാട്, നിർവ്യാജ സൗഹൃദം നല്കിയ കെ ഭാസ്കരൻ, സി കെ രാജീവൻ എന്നിവർക്കും സ്നേഹാദരങ്ങൾ.

പവിത്രൻ മൊകേരി

പവിത്രൻ മൊകേരിയുടെ കഥകൾ

ടി കെ ഡി മുഴപ്പിലങ്ങാട്

കഥ വിരിയുന്നത് ഏതു കരളിലാണെന്ന് അന്വേഷിച്ചിരുന്നവർ കണ്ടെത്തിയത് കനലെരിയുന്ന ഹൃദയങ്ങളെയാണ്. നിർവ്വികാരത്തിന്റെ ഹിമശാന്തതയിൽ കഥയെന്നല്ല ഒന്നും ഉണ്ടാവുന്നില്ല. നിശൂന്യമായ തരിശിടങ്ങൾ താണ്ടി തീവ്രാനുഭവങ്ങളുടെ വന്യസ്ഥലികളിലെത്തുമ്പോൾ രസഭാവവികാരങ്ങളിൽ തരളിതമാകുന്ന മനസ്സിന് മിണ്ടാതിരിക്കാനാവില്ല. ഒരു പൂവിരിയും പോലെ ഒരു പൂമ്പാറ്റയുടെ അതിലോല ചിറകിളക്കം കൊണ്ടുയരുന്ന വായുചലനം പോലെ ഒരു കവിത പിറക്കുന്നു, ഒരു കഥയുണരുന്നു, ഒരാശയം തൊട്ടടുത്തിരിക്കുന്നവരുമായി പങ്കുവെക്കുന്നു.

സർഗ്ഗാത്മക സൃഷ്ടിയുടെ കാര്യകാരണങ്ങൾ തേടി വിശ്വപ്രതിഭകളുടെ അനുഭവസീമകളിലോളം അലഞ്ഞുനടക്കുന്നവർക്ക് ഒരു നറുപുഞ്ചിരിയുടെയും ഒരു നെടുവീർപ്പിന്റെയും ഒരു തുള്ളിക്കണ്ണീരിന്റെയും ശാരീരിക പ്രതികരണങ്ങൾക്ക് വിശദീകരണം നല്കാൻ സ്വയം കഴിയുന്നില്ല. സൃഷ്ടി പോലെ തന്നെ ആസ്വാദനവും പ്രതികരണവും അനുഭവസാക്ഷ്യത്തിന്റെ ലക്ഷണമായി വാഴ്ത്തപ്പെടുന്നു. ഇത് സ്വപക്ഷന്യായീകരണമായിത്തീരുമ്പോൾ സാഹിത്യത്തിന്റെ ലക്ഷ്യമാർഗ്ഗങ്ങളെപ്പറ്റി അഭിപ്രായഭേദമുണ്ടാകുന്നു.

ഈർപ്പഘനീഭൂത മേഘശകലങ്ങളിൽ സൂര്യരശ്മികൾ കടന്ന് എതിർദിശകളിൽ മഴവില്ലിന്റെ സപ്തവർണ്ണ മനോഹാരിതയുണരുന്നുവെന്നത് ശാസ്ത്രസത്യം. എന്നാൽ എപ്പോൾ എവിടെ എങ്ങനെയെന്ന ചോദ്യത്തിന് ഒരുത്തരം നല്കാൻ അപ്പോഴും സംശയിക്കണം. സസ്യശാസ്ത്രത്തിന്റെ സത്യവാദമുഖങ്ങളെല്ലാം ഒരു പൂവിതളിന്റെ ചാരുതയുടെയും സ്പർശമാർദ്ദവത്തിന്റെയും കാര്യത്തിൽ അയുക്തിയാവുന്നതുപോലെ എഴുത്തുകാരന്റെ മനസ്സിലുണരുന്ന ഒരു ദീപ്തചിന്തയോ ആശയമോ ഒരു

വാക്കോ ഒരു വരിയോ വായനക്കാരനിലുണർത്തുന്ന ഭാവവികാരങ്ങളെ ന്തെന്ന് ഗണിത സൂത്ര വാക്യത്തിലൊതുക്കി പറയാവുന്നതല്ല.

ഏതൊരു കൃതിയെ വിലയിരുത്തുമ്പോഴും അത് വക്താവിന്റെ വ്യക്തി പരമായ ഇഷ്ടാനിഷ്ടങ്ങളുടെയും ആശയതാല്പര്യങ്ങളുടെയും അനുഭവ വിശാലതയുടെയും ലക്ഷണങ്ങൾ സൂചിപ്പിക്കുന്നതായിരിക്കും. നിഷ്പക്ഷ നിരൂപണത്തിന്റെ കാപട്യങ്ങളിൽനിന്ന് പണ്ഡിതവർഗ്ഗം ഒഴിഞ്ഞു മാറിയ സാഹിത്യ സാഹചര്യത്തിലാണ് നമ്മൾ ജീവിക്കുന്നത്. അതുകൊണ്ടു തന്നെ ഒരു കൃതിയെ വിലയിരുത്തുമ്പോൾ ഇപ്പോൾ വ്യക്തിയെന്ന നില യിൽ എഴുത്തുകാരൻ നിരൂപകന്റെ മുന്നിലില്ല. കൃതി മാത്രമേ സത്യമാ യുള്ളൂ. എങ്കിലും എഴുത്തിന്റെ നാൾവഴികളിലൂടെ പിറകോട്ട് സഞ്ചരി ക്കുന്ന ഒരെഴുത്തുകാരനും അയാളെ പിന്തുടരുന്ന ആസ്വാദകനും ഇന്നും ജീവിക്കുന്നു.

പവിത്രൻ മൊകേരിയുടെ കഥകൾക്ക് അനുഭവത്തിന്റെയും ചരിത്ര ത്തിന്റെയും.... സമൂഹത്തിന്റെയും ആശയപരമായ വ്യക്തതയുടെയും നിറ ഭേദങ്ങളുണ്ട്. ഈ വർണ്ണ വൈവിദ്ധ്യമാണ് കഥകളെ ആകർഷകമാക്കു ന്നതെന്നു പറയാം. ഓരോ കഥകളുടെയും ഉള്ളടക്കവും കഥാപാത്രങ്ങ ളുടെ പേരും വിശദീകരിക്കേണ്ടതില്ല. കഥകൾ നിങ്ങളുടെ കൈകളിലാണ് ഉള്ളത്. കാണാം, വായിക്കാം, കണ്ടെത്താം.

വ്യക്തികൾ കഥകളിലുണരുന്നത് കഥാപാത്രങ്ങളെന്ന നിലയിലാണ്. എന്നാൽ ചിലർ കഥയുടെ ചട്ടക്കൂട് പൊളിച്ച് പുറത്തുവരുമ്പോൾ കഥ യിലെ സംഭവങ്ങളെക്കാളേറെ ആ കഥാപാത്രങ്ങളുടെ മാനസികതലങ്ങൾ വായനക്കാർക്ക് പരിചിതമാവുന്നു. ഇവിടെ കഥാകാരന്റെ നിയന്ത്രണ ത്തിനു പുറത്തേക്ക് കഥാപാത്രങ്ങൾ പെരുമാറുകയും കഥാകാരൻ പറയാൻ മറന്നതോ പറയാൻ ബാക്കിവെച്ചതോ ആയ കാര്യങ്ങൾ ഓരോ കഥാപാത്രവും വായനക്കാരനോട് പറയുന്നു. ഈ കഥകളിലെ പല കഥാ പാത്രങ്ങളും കഥയ്ക്ക് വെളിയിലേക്ക് തങ്ങളുടെ ബലമുള്ള കാലുകൾ വെച്ച് നട്ടെല്ല് നിവർത്തി തല ഉയർത്തി നടന്നുപോകുന്നവരാണ്. ഇത് കഥാകാരന്റെ വിജയമാണ്. ആ വിജയത്തെ ബോദ്ധ്യപ്പെടുത്തുന്നതാണ് ആഖ്യാനസവിശേഷത.

സാധാരണ നിലയിൽ അതിവർണ്ണനകളില്ലാതെ പറഞ്ഞും പറയാ തെയും സംഭവങ്ങളിലൂടെയും കഥാപാത്രങ്ങളുടെ മനസ്സിലൂടെയും ഒരു കഥാകാരൻ നടത്തുന്ന അദൃശ്യസഞ്ചാരമാണ് കഥയെ വായനായോഗ്യ മാക്കുന്നത്. ഈ കഥകളുടെ പ്രത്യേകതയും അതുതന്നെ.

കഥാകാരന്റെ കാല്പനികതയെ ജീവിക്കുന്ന പരിസരങ്ങളിലെ അനു ഭവതീക്ഷ്ണത സ്വാധീനിക്കുന്ന ഒട്ടേറെ സന്ദർഭങ്ങൾ ഈ കഥയിലുണ്ട്. *കനലെരിയുന്ന നാട്ടുപാതകൾ* സമകാലിക സമൂഹത്തിന്റെ അവസ്ഥാ വിശേഷങ്ങളെപ്പറ്റിയുള്ള ഒരു നേരാഖ്യാനമാണ്. എന്നാൽ കഥകൾക്കാ വശ്യമായ എത്രയെങ്കിലും മരുന്ന് അതിനകത്ത് തൂവിയിരിക്കുന്നു... “അഭയം,” “പകലറുതിയിൽ ഒരു ചിത,” “വികസന പാതകൾ” എന്നീ

കഥകൾ കാലത്തിനുനേരെ പിടിച്ച കണ്ണാടിയിൽ പ്രതിഫലിക്കുന്നവയാണ്.

കാര്യത്തിൽ നിന്നു കഥയിലേക്കും കഥയിൽനിന്ന് കാര്യത്തിലേക്കും എഴുത്തുകാരൻ നടന്നു നീങ്ങുന്നത് ഓരോ കൃതിയിലും വായിക്കാം. അക്ഷരങ്ങളല്ല ആശയങ്ങളാണ് വായിക്കുന്നത് എന്നു പറയുന്നത് ഇതുകൊണ്ടാണ്.

വർഗ്ഗീയതയുടെയും തീവ്രവാദമതരാഷ്ട്രീയത്തിന്റെയും വിഹ്വലതകളിൽ കണ്ണുതുറക്കുന്നവരുടെ മുന്നിൽ ഒരു ശാലീന ഗ്രാമത്തിന്റെ ചരിത്രാനുഭവങ്ങളാണ് തറികളുടെയും റാട്ടിന്റെയും പശ്ചാത്തലത്തിൽ എഴുതപ്പെട്ടിട്ടുള്ളത്. എഴുത്തുകാരന്റെ ജീവിതവും സ്ഥലകാലങ്ങളും അടയാളപ്പെടുത്തുന്ന കൃതികളിൽ ആത്മാനുഭവത്തിന്റെ തീവ്രതയും കണ്ടെത്താം.

മിണ്ടാതിരിക്കാനാവാത്തതുകൊണ്ട് കഥപറയുന്നു എന്ന് ഓരോ കഥാകാരനും സ്വയം പ്രഖ്യാപിക്കുന്ന കാലത്താണ് *കനലെരിയുന്ന നാട്ടുപാതകൾ* നമുക്കുമുന്നിൽ നീണ്ടുകിടക്കുന്നത്. ഓരോരുത്തരും സൂക്ഷ്മതയോടെ സുരക്ഷിതമായി ആ വഴികൾ താണ്ടേണ്ടവരാണ് എന്ന് ഈ കഥകൾ ഓർമ്മപ്പെടുത്തുന്നു.

പകലറുതിയിൽ ഒരു ചിത

നേരം പുലർന്നു.

വെയിൽ പരന്നു. ഇളം വെയിൽ തൊടിയിൽനിന്ന് മുറ്റത്തേക്കും ചാണകം മെഴുകിയ കോലായിലേക്കും ഇഴഞ്ഞു കയറിവരുന്നു.

"നേരമിത്തരയായിട്ടും ഇവിടുന്നു പോയോനെ കാണുന്നീല്ലലോ...?"

ദേവു ഏടത്തി പരവശപ്പെടുകയാണ്.

"ഇന്നലെ പൊലർച്ചയ്ക്ക് പണിക്ക് പോയതല്ല്യോ? എവിടെപ്പോയീന്നാ ആരോടാ ചോതിക്ക്യാ...?"

ഒതുക്ക് കല്ലിൽനിന്ന് കണ്ണെത്താവുന്ന ദൂരത്തിൽ തരിശായിക്കിടക്കുന്ന പാടവരമ്പിൽത്തന്നെ നോക്കിനിന്നു.

"മോന്തി പുലരുവോളം പണിയുണ്ടാകുമോ? പൊരക്കകത്ത് ഓന്റെ അമ്മയൊരുത്തി ഒറ്റക്കാന്നുള്ള വിചാരം വേണ്ടേ...? ഓനിങ്ങുവരട്ടെ..."

ദേവു ഏടത്തി അരിശത്തിലാണ്.

ഒതുക്ക് കല്ലിൽനിന്ന് ചാണകം മെഴുകിയ കോലായിൽക്കയറി അടുക്കളയിൽ ചെന്നു. ഉച്ചക്കത്തെ ചോറിനുള്ള അരി എടുത്ത് കിണ്ണത്തിലിട്ട് അതിലെ കല്ലും നെല്ലും പെറുക്കാനൊരുങ്ങുമ്പോൾ എന്തോ ദേവു ഏടത്തിയുടെ മനസ്സിലൊരു പിടച്ചിൽ. കിണ്ണവും അരിയും അടുക്കളയിൽ വെച്ച് പുറത്തേക്കു വന്നു.

വഴിക്കണ്ണുമായി പാടത്തിന്റെ നെടുവരമ്പിനപ്പുറത്തേക്ക് നോക്കി നിന്നു നെടുവീർപ്പിട്ടു.

ദേവു ഏടത്തിയുടെ കാത്തിരിപ്പ്. പിന്നേയും ഏറെനേരം തുടർന്നു.

'ഈ ചെക്കൻ എവിടെപ്പോയീന്നാ വിചാരിക്കേണ്ടൂ...?'

ചിന്തിച്ച് ഒരെത്തും പിടിയും കിട്ടാതായപ്പോൾ കോലായിലെ അയലിൽനിന്നും ഒരു തോർത്തുമുണ്ടെടുത്ത് ചുമലിലിട്ട് അവർ പുറപ്പെട്ടു.

പറമ്പിന്റെ തെക്കേ മൂലയിലെ കൈതച്ചോട്ടിലൂടെ ഊരുകണ്ടി ഊർന്നിറങ്ങി, വെട്ടുവഴിയിലൂടെ പാടത്തിന്റെ നെടുവരമ്പിലെത്തി.

വഴിയിലും പാടത്തും ആരെയും കാണുന്നില്ല. വയലിൽ പുല്ലരിയുന്ന പെണ്ണുങ്ങളില്ല. കന്നുകാലികളെ മേയ്ക്കുന്ന പിള്ളന്മാരില്ല. കൊത്തുകയും കിളയ്ക്കുകയും ചെയ്യുന്ന ആണുങ്ങളുമില്ല.

ദേവു ഏടത്തിയുടെ മുമ്പിൽ പതിവ് കാഴ്ചകളില്ല.

ശൂന്യത തളംകെട്ടി നില്ക്കുന്നു.

"ഇതെന്താണിന്ന് ഇങ്ങനെ...?"

ദേവു ഏടത്തി നടത്തത്തിന് വേഗം കൂട്ടി. പടിഞ്ഞാറെക്കരയിലെ റോഡിൽ ചെന്നുകയറി. അവിടെ ആരെയെങ്കിലും കാണാതിരിക്കില്ല. പക്ഷേ, അവിടേയും ആരേയും കാണുകയുണ്ടായില്ല.

"എന്താപ്പായിതിങ്ങനെ...?"

അവർ മുന്നോട്ടുതന്നെ നടന്നു. ഇത്തിരിക്കൂടി നടന്നാൽ ദേശസ്നേഹി വായനശാലയും ദാമുവിന്റെ ചായപ്പീടികയും ഉസ്മാന്റെ പലചരക്കു പീടികയുമാണ്.

മാറത്തിട്ട തോർത്തുമുണ്ട് നേരെയാക്കി തലമുടി വാരിയൊതുക്കി കെട്ടി വേഗത്തിൽ അങ്ങോട്ടു നടന്നു.

അതിശയിച്ചുപോയി!

അവിടെയും ഒരാളുമില്ല. കുറച്ചുകൂടി മുന്നോട്ട് ചെന്നപ്പോൾ കണ്ട കാഴ്ച അവരെ ഞെട്ടിച്ചു.

എന്റെ പറശ്ശിനി മുത്തപ്പാ... യെന്തായീ കാണുന്നത്?

വായനശാലയിലെ പുസ്തകങ്ങൾ റോഡിൽ ചിതറിക്കിടക്കുന്നു. വായനശാലയുടെ ജനലുകളും വാതിലുകളും തല്ലിത്തകർത്തിരിക്കുന്നു. മേശയും അലമാരകളുമെല്ലാം തല്ലിപ്പൊളിച്ച് വഴിയോരത്തും ഓവുചാലിലും കിടക്കുന്നു.

ഉസ്മാന്റെ പീടികയിലെ ബഞ്ചും അരി സാധനങ്ങളുമെല്ലാം റോഡിൽ കിടക്കുന്നു. ദാമുവിന്റെ ചായ മേശയും ഭരണിയും ചില്ലലമാരയും ഓവുചാലിലാണ്. ചേതീമ്മലു വെച്ച സിമന്റ് ജാടി തവിടുപൊടിയായിരിക്കുന്നു.

"ഇതെന്താണിവിടെ നടന്നത്?"

അവർ തലയിൽ കൈവെച്ച് അന്തംവിട്ടുനിന്നു.

അവരുടെ മേലാകെ വിറയ്ക്കാൻ തുടങ്ങി. ഒരുതരം ഭീതി...!

"ഇന്നാട്ടില് എന്തോ അത്യാപത്ത് വന്ന്പെട്ടിരിക്കുന്നു. ന്റെ മോൻ..."

പെട്ടെന്നവർ തന്റെ മകനെയോർത്തു. അവരുടെ ഉള്ളൊന്നു കാളി. പിന്നീട് നില്ക്കക്കള്ളിയില്ലാതെ മുന്നോട്ട്... കാറ്റിന്റെ വേഗത്തിൽ... ഒരു കുതിപ്പുപോലെ...

ഒരു വിളിപ്പാടകലെയാണ് ആപ്പീസ്മുക്ക്. അവിടെ രാജൻ മെമ്പറും ശ്രീധരനും രാഘവൻ മാഷും ഉണ്ടാവാതിരിക്കില്യ. അവരുടെ മനസ്സും ശരീരവും നിയന്ത്രിക്കാനാവാത്ത മട്ടിലാണ്...

അവശതയെ മറന്ന് ഒരു വിഭ്രാന്തിയിലെന്നോണം അവർ ഓടുക

യാണ്.

അയ്യോ....! പെട്ടെന്നവർ നിന്നു.

ആപ്പീസ് മുക്കിൽ കണ്ട കാഴ്ച!

ബോർഡും കൊടികളുമെല്ലാം കത്തിച്ചാമ്പലായിരിക്കുന്നു. നേതാക്കളുടെ ചില്ലിട്ട പടങ്ങൾ തല്ലിത്തകർത്തിരിക്കുന്നു. ചുവന്ന കൊടികൾ തീയിൽ കത്തിക്കരിഞ്ഞ് കറുത്ത ചാരമായിയിരിക്കുന്നു.

"എന്താപ്പായീ കാണുന്നത്? ഇന്നാട്ടിലെന്താ വന്ന് പെട്ടിരിക്ക്ന്നത്? ആരോടാ ചോതിക്യാ...?"

ഏതോ വലിയ ദുരന്തം സൃഷ്ടിച്ച വിജനതയുടെ അടയാളങ്ങൾ. ഭീതിജന്യമായി വഴിനീളെ അവർ കണ്ടു. കാര്യമെന്തെന്നറിയാൻ ഒരു മനുഷ്യക്കുഞ്ഞു പോലും വെളിയിലില്ല.

വിജനതയിൽ വിഹ്വലതകൾ തീർത്ത പെരുത്ത വീർപ്പുമുട്ടലുകൾ അവരെ അസ്വസ്ഥയാക്കുന്നു.

വേവലാതി മൂത്ത ദേവു ഏടത്തിക്ക് തന്റെ മകനെക്കുറിച്ചോർത്തപ്പോൾ പിന്നെയും ആധി കൂടി.

"ഇന്നലെ പൊലർച്ചയ്ക്ക് പണിക്കിറങ്ങി പോയതല്യേ... എവിടെപ്പോയീന്നാ വിചാരിക്കേണ്ടൂ...?"

വലിയ ഏതോ ഒരു ആപത്തിന്റെ ഭീതിദമായ പദചലനങ്ങൾ അവരുടെ കാതുകളിൽ അലോസരപ്പെടുത്തുന്നുണ്ടായിരുന്നു. ചിന്തിച്ച് നില്ക്കാൻ മനസ്സ് സമ്മതിക്കാതിരുന്നപ്പോൾ അവരുടെ മകൻ സുരേശന്റെ കൂടെ പണിയെടുക്കുന്ന സുകുവിന്റെ വീട്ടിലേക്ക് നടത്തത്തിന് വേഗം കൂട്ടി.

അവിടെ ചെന്നാലറിയാം ഓനെവിടെപ്പോയതാന്ന്.

ദേവു ഏടത്തി ഫർണിച്ചർ പണിക്കാരൻ സുകുവിന്റെ വീട്ടിലേക്കുള്ള കുണ്ടനിടവഴിയിലേക്ക് തിരിഞ്ഞു.

"ദേവു ഏടത്തീ..."

പിന്നിൽ നിന്നൊരു വിളികേട്ടു. അവൾ തിരിഞ്ഞുനോക്കി.

രാഘവൻമാഷ്!

ദേവു ഏടത്തിക്ക് ജീവൻ വീണുകിട്ടിയതുപോലെ.

അവർ ആശ്വാസത്തോടെ അവിടെത്തന്നെ നിന്നു. രാഘവൻ മാസ്റ്റർ അടുത്തെത്തി. രാഘവൻ മാഷിനെ ദേവു ഏടത്തി ശ്രദ്ധിച്ചു.

മാഷിന്റെ മുഖം കരുവാളിച്ചതുപോലെ... ഉറക്കം വടുകെട്ടിക്കിടക്കുന്നു. ഒരു സൂക്കേടുകാരനെപ്പോലെയുണ്ട്.

"എന്താ മാഷേ, ഈ കാണുന്നതെല്ലാം? ആരാണെന്ന് വെച്ചാലും ഇത് കടുംകൈയാണേ... ഇത്തിരി കഷ്ടാണേ..."

രാഘവൻ മാസ്റ്റർ ഒന്നും മിണ്ടിയില്ല. ഇനിയും കൂടുതൽ ചോദ്യങ്ങളെ നേരിടുവാൻ അയാൾക്ക് പ്രാപ്തിയില്ല. ചോദ്യങ്ങളുണ്ടാവാതിരിക്കട്ടെയെന്ന് അയാളുടെ മനസ്സ് മന്ത്രിച്ചു.

"ദേവു ഏടത്തി എങ്ങോട്ടാണ് പോകുന്നത്?" ചോദിക്കാൻ തുടങ്ങു

ന്നതിനു മുമ്പ്.

"ന്റെ മാഷേ... ഇങ്ങളു കേക്കീൻ... എന്റെ മോൻ സുരേശൻ ഇന്നേരമായിട്ടും പൊരേല് എത്തീട്ടില്യ... ഈ കണ്ട കൊഴപ്പങ്ങള് പേടിച്ചിട്ടാണോ എന്തോ ഓനിന്നലെ സുകൂന്റെ പൊരേലെങ്ങാനും കൂടിയോന്നാ... ഓനേം നോക്കി പോവ്വാണ്..."

രാഘവൻ മാസ്റ്ററുടെ നെഞ്ചകം പൊള്ളി. വായിൽനിന്നും തൊണ്ടയിൽനിന്നും ഒരുതരം ലാവ പുതഞ്ഞുമറിഞ്ഞ് പുറത്തേക്കൊഴുകി. വറ്റിപ്പോയ ചുണ്ട് നനയ്ക്കുവാൻ പലവുരു നാക്കുകൊണ്ട് തുടച്ചു.

"ഇന്നലെ പൊലച്ചക്ക് പണിക്കിറങ്ങിപ്പോയതല്യോ... ഓന്റമ്മ ഒറ്റക്കാന്നുള്ള വിചാരം ഓനുണ്ടായോ...? മാഷ് പറയീൻ... ഞാനെവിടെപ്പോയാ ഓനെ നോക്കേണ്ടത്. ഈ കരേലാണെങ്കിൽ ഒരു മനിശനേം കാണുന്നുമില്ല."

അവരുടെ കൺകോണിൽ പൊടിഞ്ഞ കണ്ണീർ കവിളിലൂടെ ഒഴുകുന്നു. ചുണ്ടുകൾ വിതുമ്പുകയും തൊണ്ടയിൽ വാക്കുകൾ വിറങ്ങലിച്ച് നില്ക്കുകയും ചെയ്യുന്നു. പിന്നീട് അതൊരു നേർത്ത തേങ്ങലായിത്തീരുകയും ചെയ്തു തുടങ്ങി.

"അയ്യേ... എന്തായിത്? ദേവു ഏടത്തി വീട്ടിലേക്ക് ചെല്ല്. ഞാൻ അന്വേഷിക്കാം. എന്താ...?"

"മാഷ് പറഞ്ഞാൽ എനക്ക് വിശ്വാസാ... എന്റെ മോൻ സുരേശൻ പാർട്ടീന്റെ കാര്യത്തിനൊന്നും പോകുന്ന സ്വഭാവക്കാരനല്ലാത്തതുകൊണ്ട് അതിനെപ്പറ്റി പേടിയില്ല. എന്നാലും ഇപ്പളത്തെ കാലമല്ലേ..."

വീണ്ടെടുത്ത മനസ്സമാധാനവുമായി അവർ വീട്ടിലേക്ക് മടങ്ങി. റോഡിലൂടെ പാടത്തിന്റെ നെടുവരമ്പിലൂടെ ഉച്ചിയിലുയർന്ന സൂര്യന്റെ കത്തുന്ന വെയിലിനെ വകഞ്ഞുമാറ്റി തലയിലൊരു തോർത്ത് മുണ്ടിട്ട് നടന്നുനീങ്ങുന്ന ആ അമ്മയുടെ രൂപം രാഘവൻ മാസ്റ്റർക്ക് ഏറെനേരം നോക്കി നില്ക്കാനായില്ല.

മാഷിന്റെ മനസ്സിൽ ഒരു നെരിപ്പോട് എരിയുകയാണ്.

"മാഷേ..." ശ്രീധരനും രാജൻ മെമ്പറും.

രാഘവൻ മാഷിന് സ്വബോധം കിട്ടിയതപ്പോഴാണ്.

"ദേവു ഏടത്തിക്ക് എന്തെങ്കിലും?"

"ഇല്ല. വീട്ടിലേക്ക് പറഞ്ഞുവിട്ടു."

'നമ്മളിനി?"

"ടൗണിൽ നിന്നാരെങ്കിലും ബന്ധപ്പെട്ടോ?"

"ഉം വിളിച്ചു. പോസ്റ്റ്മോർട്ടം കഴിഞ്ഞാൽ അറിയിക്കാമെന്ന്. ആരും ചെല്ലേണ്ടെന്നും പറഞ്ഞു."

മോർച്ചറിക്ക് മുമ്പിലും ടൗണിലും പലേടത്തും പ്രതിഷേധമിരമ്പുന്നു. ലാത്തിയും കണ്ണീർവാതക പ്രയോഗങ്ങളുംകൊണ്ട് പ്രതിഷേധത്തെ നേരിടുന്നു. കൂട്ടത്തല്ല്. കൂട്ട അറസ്റ്റ്.

പരിക്കേറ്റവർ ഒരുപാടുണ്ടത്രെ. ജില്ലയിൽ പലേടത്തും ഹർത്താൽ.

ജനങ്ങൾ ആഹ്വാനം ചെയ്ത ഹർത്താൽ!

സമാധാനപാലകർ സംഹാരത്തിനുള്ള പുറപ്പാടാണ്. നിയമത്തിന്റെ വഴികളിൽ സ്വാതന്ത്ര്യം ധ്വംസിക്കപ്പെടുന്നു.

അധികാരകേന്ദ്രങ്ങളിൽ മൗനം!!

എല്ലാം ജനങ്ങളുടെ സമാധാനത്തിനും ക്ഷേമത്തിനും.

രാത്രിയുടെ മറവിൽ ശാന്തമായ ഗ്രാമങ്ങൾ ആസുരതയുടെ അങ്കക്കലി കണ്ട് ഞെട്ടിയുണരുന്നു. വഴിയോരങ്ങളിൽ മനുഷ്യന്റെ ചോരയുടെ ഗന്ധം. ജീവൻ പിടയുന്നതിന്റെ ഞരക്കം.

പ്രതിഷേധിക്കുകയെന്ന പൗരസ്വാതന്ത്ര്യത്തെ കാക്കിപ്പടയും കരിനിയമങ്ങളും ചോരയിൽ ചാലിച്ചെടുക്കുന്നു.

നേരിന്റെ മുറിവുകളിൽ ചോര പൊടിയുന്നത് ആരും കാണുന്നില്ല.

അതാ ചെമ്മൺ നിരത്തിൽ പൊടിപടലങ്ങളുയർത്തി ഒരു ജീപ്പ് വരുന്നു. പൊലീസല്ല. കറുത്ത കൊടി പാറുന്നുണ്ട്.

പോസ്റ്റ്മോർട്ടം കഴിഞ്ഞു. ടൗണിൽ പൊതുദർശനത്തിന് ശേഷം വിലാപയാത്രയായി ഇവിടുത്തേക്ക്...

ജീപ്പ് തിരിച്ചുപോയി.

മൗനം ഭീകരത പൂണ്ടുനിന്ന നിമിഷങ്ങൾ!

നിരത്തിലും വയലിലും വെയിൽ ചാഞ്ഞു.

ദേവു ഏടത്തിയുടെ നെഞ്ചിൽ ഇനിയും വരാത്ത മകനെയോർത്ത് നൊമ്പരം കടലിരമ്പുന്നു. സുരേശന്റെ വരവിനായി മനസ്സും കണ്ണും ദാഹിച്ചുനില്ക്കുന്നു.

അമ്മയ്ക്ക് മകനും... മകന് അമ്മയും. സുരേശന് അച്ഛനെ കണ്ട ഓർമ്മയില്ല. നേരത്തെ മരിച്ചുപോയിരുന്നു.

ദേശസ്നേഹി വായനശാലയിലാണ് ആ കരക്കാരെല്ലാം പൊതുവായി ഒത്തുചേരുന്നത്. വായിക്കാൻ പത്രങ്ങൾ, മാസികകൾ, പുസ്തകങ്ങൾ, ഇപ്പോൾ ടെലിവിഷനും.

സുരേശൻ നല്ല വായനക്കാരനാണ്. സന്ധ്യ കഴിഞ്ഞാൽ, പണി കഴിഞ്ഞെത്തുന്ന ചെറുപ്പക്കാർ ദിവസേനയുള്ള ആഗോള വിശേഷങ്ങളടക്കം സംവാദങ്ങളാക്കുക പതിവാണ്. അറിവിന്റെ വിശാലതകളെ വിപുലപ്പെടുത്താൻ...

അന്നും പതിവുപോലെ സുരേശനും കൂട്ടുകാരും വായനയിലാണ്. പുറത്ത് സംവാദങ്ങൾ കൊഴുക്കുന്നതും വാദമുഖങ്ങളുയരുന്നതും കേൾക്കുന്നു.

പെട്ടെന്നാണ് അത് സംഭവിച്ചത്.

അവിടം പെട്ടെന്ന് ഇരുളിലാണ്ടുപോയി. ഒപ്പം ഇരുളിൽ ബഹളവും കൂട്ട നിലവിളിയും. ആളുകൾ പരക്കെ ഓടുകയും ചെയ്യുന്നു.

വെളിച്ചംകെട്ടപ്പോൾ വായനനിർത്തിയ സുരേശൻ പുറത്തേക്ക് ശ്രദ്ധിച്ചു.

ഇരുളിന്റെ മറവിൽ കാക്കിധാരികൾ അഴിഞ്ഞാടുകയാണ്. കണ്ണിൽ

കണ്ടവരെയെല്ലാം തല്ലിയോടിക്കുകയാണ്. പിന്നാലെ ഇരപിടിയന്മാരായി...

വായനശാലയിലും പൊലീസ് ഓടിക്കയറി. അകത്തിരുന്നവരെയും തലങ്ങും വിലങ്ങും തല്ലി. ഇരുൾമൂടിയ വായനശാലയിൽ സകലതും തകർക്കപ്പെട്ടു.

ശാന്തമായ ഗ്രാമാന്തരീക്ഷത്തിൽ മനുഷ്യന്റെ ദീനരോദനം കാറ്റിനൊപ്പം പടർന്നു.

സുരേശൻ പൊലീസിനെ വെട്ടിച്ച് പുറത്തുചാടി. ദാമുവിന്റെ പീടികയുടെ പിറകിലെ തൈത്തോട്ടത്തിൽനിന്ന് സുരേശനെ പൊലീസ് വളഞ്ഞു പിടിച്ചു. വലിച്ചിഴച്ച് വായനശാലയുടെ മുറ്റത്ത് കൊണ്ടുവന്നു കിടത്തി. ഇരുകൈകളിലും കാലുകളിലും ബൂട്ട്സിട്ട കാലുകൊണ്ട് ചവുട്ടിഞെരിച്ചു.

ചോദ്യം ചെയ്യുകയാണ്.

"മന്ത്രിയുടെ യാത്രയ്ക്ക് മുമ്പിൽ വായ മൂടിക്കെട്ടി പ്രതിഷേധിച്ചവർ ആരായിരുന്നു? അതിന്റെ നേതാവാരാണ്?"

സുരേശന് ഒരുത്തരവും അറിയില്ലായിരുന്നു. ഒരു വാക്കുച്ചരിക്കാനാവാത്തവിധം തളർന്നിരിക്കുന്നു.

ഞങ്ങളുടെ മണ്ണും മരങ്ങളും പുഴകളും കുന്നുകളും ഈ നാടിന് വേണം. ഞങ്ങൾക്ക് വേണം. പുതിയ തലമുറയ്ക്ക് കരുതി വെക്കാനുള്ളതാണ്. നെഞ്ചോട് ചേർത്ത പ്ലക്കാർഡിലെ സന്ദേശം ഇത് മാത്രമായിരുന്നു. അത് ആ ഗ്രാമത്തിന്റെ നെഞ്ചിലെ വികാരമായിരിക്കുന്നു.

കലിയിറങ്ങി, കാക്കി വേഷങ്ങൾ ഏതോ നേരത്ത് ആ ഗ്രാമത്തിൽ നിന്നും യാത്രയായി. പൊലീസ് വണ്ടികൾ ഒന്നിന് പിറകെയൊന്നായി ഗ്രാമത്തിന്റെ നെഞ്ചകം പിളർത്തിയ ചോരപ്പാടിലൂടെ ഇരുളിനെ വകഞ്ഞു മാറ്റി മുരണ്ടുകൊണ്ട് കടന്നുപോയി.

ഭയന്നോടിയവർ, കോലാഹലം അറിഞ്ഞുകേട്ട് വന്നവർ പതുക്കെ വായനാശാല പരിസരത്ത് എത്തിച്ചേർന്നു.

അവർ കണ്ടു.

സുരേശൻ! കണ്ണുകൾ മിഴിച്ച് തുറിച്ച് നിശ്ചലമായിക്കിടക്കുന്നു. ഒരു കൊടിക്കൂറ അവന്റെ വായിൽ തിരുകിക്കയറ്റിയിരിക്കുന്നു.

സുരേശന്റെ ഞരക്കങ്ങൾ നിന്നിരുന്നു. നെഞ്ചിൻകൂടിലെ ചലനവും നിന്നിരുന്നു.

തല തല്ലിപ്പൊളിക്കപ്പെട്ടവർ, പിടിച്ചുകൊണ്ട് പോകപ്പെട്ടവർ.. ആരൊക്കെ? ഒന്നും വ്യക്തമല്ല.

ആ രാത്രിയിൽ പാതിരാപ്പക്ഷികൾ ഭയന്നു നിശ്ശബ്ദരായി. ആകാശക്കോണിൽ മേഘക്കീറുകളിലൂടെ നിലാവെളിച്ചത്തിന്റെ മങ്ങിയ ചീളുകൾ തുറിച്ചുനോക്കി.

രാത്രിയിൽ തന്നെ സുരേശനെ ടൗണിലെ ആശുപത്രിയിൽ എത്തിച്ചിരുന്നു.

ഉച്ചഭാഷിണിയുടെ ശബ്ദം കേൾക്കുന്നു.

"ശ്രീധരാ... സുരേശന്റെ..." രാഘവൻ മാഷിന് വാക്കുകൾ മുഴുമിപ്പി

ക്കാനാവുന്നില്ല. വിതുമ്പിപ്പോകുന്നു.

ആംബുലൻസ് വന്നു.

പിന്നാലെ ഒരു പ്രവാഹം പോലെ ജനങ്ങളും. കനലെരിയുന്ന കണ്ണുകളുമായി ആ നാട്ടുപാതയിൽ ഒരായിരങ്ങൾ!

കാലമാപിനികളില്ലാത്ത, രാപ്പകലുകളില്ലാത്ത ലോകത്തേക്കുള്ള സുരേശന്റെ യാത്ര...

പൊതുദർശനത്തിന് വായനശാലയ്ക്ക് മുമ്പിൽ വേദനയൊതുക്കി, വീർപ്പടക്കി നില്ക്കുന്ന ജനാവലി.

സന്ധ്യ വിഷാദിച്ചു നിന്നു. പടിഞ്ഞാറെ ആകാശക്കോണിൽ തീ പടർന്നുപിടിക്കുന്നു.

അപ്പോൾ,

അകലെ പാടവരമ്പിലൂടെ നെഞ്ചകം പൊള്ളിയ വേദനയോടെ അലമുറയിട്ട് ആർത്തനാദവുമായി ആൾക്കൂട്ടത്തിലേക്ക്... ദേവു ഏടത്തി...

"ന്റെ പൊന്നുമോനേ..."

ചേതയനറ്റ, രക്തം കരുവാളിച്ച സുരേശന്റെ മുഖത്ത് ആ അമ്മ മുഖം ചേർത്ത്, ചുംബിച്ചു പൊട്ടിക്കരയുന്നു.

കണ്ടുനിന്നവർക്ക് നെഞ്ചകം പിളർന്നു.

രോദനങ്ങളും വിലാപങ്ങളും പെയ്ത് തീരാത്ത ആ പകലറുതിയിൽ കരഞ്ഞുകലങ്ങിയ കണ്ണുകളോടെ സന്ധ്യ ഇരുൾക്കയത്തിലേക്കിറങ്ങുമ്പോൾ....

ഒരു ചിത...!

ആകാശവിതാനത്തോളം ആളിപ്പടരുന്നു. പ്രതികാരത്തിന്റെ അഗ്നിശിഖകൾ. ഭൂമിയേയും ആകാശത്തേയും വിഴുങ്ങാനായി അത് വാ പിളർന്ന് നാക്കുനീട്ടി വലുതായി വരുന്നു.

അഭയം

മനസ്സിൽ നുരഞ്ഞു പൊങ്ങുന്ന സന്തോഷവും ചെവിയിൽ ലഹരി പൂക്കുന്ന മൈക്കിൾ ജാക്സൺ സംഗീതവും...

എന്റെ മോട്ടോർബൈക്ക് ആ നാല്ക്കവല വിട്ട് ഓടാൻ തുടങ്ങിയിട്ട് ഒരുപാട് നേരമായില്ലെ എന്ന് പെട്ടെന്നാണ് ഓർമ്മയിൽ ഉദിച്ചത്. ഇങ്ങനെ പോയാൽ ഈ യാത്ര ഏത് പാതാളത്തിലാണ് ചെന്നുചേരുകയെന്ന് ഒരു നിശ്ചയവുമില്ല. പട്ടണത്തിലേക്കുള്ള എളുപ്പവഴിയാണെന്ന് ആ കിഴവൻ പറഞ്ഞപ്പോൾ മറ്റൊന്നും ഓർത്തില്ല. കേട്ടപാതി, കേൾക്കാത്ത പാതി അതങ്ങ് വിശ്വസിച്ചു.

കമ്പനിയുടെ പുതിയ പ്രോഡക്ടിന്റെ ഓർഡർ ഏറ്റവും കൂടുതൽ കാൻവാസ് ചെയ്തതിന്റെ ത്രില്ലിലാണ് ഞാൻ. ഇന്ന് എത്രയും വേഗം വീട്ടിലെത്തണം. നാളെ രാവിലെ പുതിയ ഓർഡറുകളുടെ ഡീറ്റയിൽസ് കമ്പനിയിൽ ചെന്ന് എം ഡിക്ക് സബ്മിറ്റ് ചെയ്യണം.

ഇത്തവണ കമ്പനി ഓഫർ ഫോർവീലർ, ടൂവീലർ, ടൂർ പ്രോഗ്രാമുകൾ.

ഏതെങ്കിലും ഒന്നുറപ്പുതന്നെ!

റോഡിലിപ്പോൾ വാഹനങ്ങളും യാത്രക്കാരും അപൂർവ്വമായിരിക്കുന്നു. ഇത്രയും ദൂരം ഓടിയിട്ടും ഒരു കവലയോ ഒരു മുറുക്കാൻ കടയോ കാണുവാൻ കഴിയാത്ത ഈ നാട് ഭൂമിയിലെ ഏത് ദേശമാണ്?

അതിശയം തന്നെ!

ഇരുട്ടു പരന്നുതുടങ്ങി. ഇരുളിന്റെ നേർത്ത പാളികൾ ടാറിട്ട റോഡിനെ പുതഞ്ഞു കൊണ്ടിരിക്കുന്നു. ഒപ്പം മഞ്ഞും തണുപ്പും അനുഭവപ്പെടുന്നു. ഞാൻ ജാക്കറ്റ് ധരിച്ചു. കഴുത്തിന് ചുറ്റും മഫ്ളർ ചുറ്റിപ്പുതച്ചു. ഹെൽമെറ്റും.

മലമടക്കുകൾ താണ്ടി എങ്ങോട്ടെല്ലാമോ തിരിഞ്ഞും മറിഞ്ഞും ഒതുങ്ങിയും നിവർന്നും അലസമായിക്കിടക്കുന്ന റോഡ്. ചിലപ്പോൾ ശാഖകളും ഉപശാഖകളുമായി റോഡ് ഇരുവശങ്ങളിലുമായി നീണ്ടു പുളഞ്ഞു കിടക്കുന്നു.

എവിടേക്കെന്നറിയാതെ, എങ്ങോട്ടേക്കെന്നറിയാതെ അനന്തതയിലേക്കാണ്... ചത്ത മലമ്പാമ്പ് പോലെ!

ആകാശത്ത് മങ്ങിയ നിലാവെളിച്ചം. മരത്തിൻ മറവിലൂടെ ആ വെളിച്ചം പരിസരങ്ങളിലും വന്നുതുടങ്ങി. നിറംമങ്ങിയ വെള്ളോട്ട് ചിലമ്പുപോലെ ആകാശക്കോണിൽ അമ്പിളി നിർന്നിമേഷമായി നോക്കിനിന്നു.

റോഡരികുകളിലെ പൊന്തക്കാടും വിജനമായ ഭൂപ്രദേശവുമെല്ലാം പഴകി നിറംമാഞ്ഞുപോയ വെള്ളപ്പുതപ്പിനടിയിൽ നിശ്ചേതനമായിക്കിടക്കുന്നു.

എന്തോ എനിക്ക് ഒരു പേടിപോലെ... ശൂന്യതയുടെ വീർപ്പുമുട്ടലിൽ ഏകാകിയായി ഞാൻ. ഒരു ഭാഗത്ത് തലയുയർത്തിനില്ക്കുന്ന മലകളും മറുഭാഗത്തിനപ്പുറത്ത് ഏറെ അകലെ നിന്നും ദുർഭൂതത്തിന്റെ തീ തുപ്പുന്ന കണ്ണുകൾപോലെ... പ്രകാശ ഗോളങ്ങൾ!!

അത് മനുഷ്യവാസമുള്ളേടത്ത് നിന്നും കാണുന്ന വിളക്കുകളാണോ ആവോ?

വഴിതെറ്റിയാൽ ഇത്രയും വലിയ കുഴപ്പത്തിലേക്ക് ചാടുമെന്ന് ഓർത്തതേയില്ല. വഴിതെറ്റിയെന്ന് മനസ്സിലായിരുന്നുവെങ്കിൽ തിരിച്ചു പോകാമായിരുന്നു. ഇനി അതും നടപ്പില്ല.

ഒരു വളവ് തിരിഞ്ഞ് റോഡ് ഉയരത്തിലേക്കാണ് പോകുന്നത്. ഞാൻ ബൈക്കിന്റെ ആക്സിലേറ്റർ കൂട്ടിയപ്പോൾ കുതിപ്പു കൂടി. അത് ഉയരങ്ങളെ കീഴടക്കാനുള്ള ആവേശത്തോടെ മുന്നോട്ടോടുകയാണ്.

പെട്ടെന്നാണ് അത് സംഭവിച്ചത്.

ഹെഡ് ലൈറ്റ് ഓഫ്. ഉടനെ ഞാൻ ബൈക്ക് നിർത്തി. അറിയാതെ ഡിം കൊടുത്തുപോയതൊന്നുമല്ല. ശരിക്കും ഓഫായിരിക്കുന്നു.

ഹെഡ് ലൈറ്റ് തെളിയാതെ വിജനവും അപരിചിതവുമായ വഴിയിലൂടെ എങ്ങനെ യാത്രചെയ്യും? ശരിക്കും ഞാൻ തളർന്നുപോയിരിക്കുന്നു.

കുപ്പിയിലെ അവശേഷിച്ച വെള്ളവും കുടിച്ചുതീർത്തു. എന്തു ചെയ്യും?

നേരിയ ഭയത്തിന്റെ അലകൾ എന്നെ തണുത്ത കാറ്റിനൊപ്പം പൊതിഞ്ഞുകൊണ്ടിരിക്കുന്നു.

പലതവണ ബൈക്കിന്റെ ഹെഡ് ലൈറ്റ് ഓൺ ഓഫ് ചെയ്തുനോക്കി. എത്ര പരിശ്രമിച്ചിട്ടും ഒരു ഫലവുമില്ല.

ചുറ്റിലും നോക്കുമ്പോൾ ഭയം ഇരച്ച് കയറുന്നതു പോലെ... ഒരു മനുഷ്യജീവിയും എവിടെയുമില്ല.

മാനം മുട്ടെ നില്ക്കുന്ന കുന്നിൻശിഖരങ്ങൾ, താഴെ കൊയ്തൊഴിഞ്ഞ പാടങ്ങൾ, ചുറ്റിലും പൊന്തക്കാടുകളും കരിമ്പനക്കൂട്ടങ്ങളും...

എന്നിൽ ഭീതിയുടെ നിഴൽ വിരിച്ചു. ഇരുൾചിത്രങ്ങൾ ഒരു യക്ഷിക്കഥയുടെ ചുരുളഴിയുന്നത് പോലെ...

കുറച്ചകലെയായി റോഡിൽ, എന്തോ കണ്ട് ഭയന്ന് വീർപ്പടക്കി നില്ക്കുന്നവന്റെ ശ്വാസഗതി പോലെ ഇലക്ട്രിക് പോസ്റ്റിൽനിന്നും ഒരു ട്യൂബ് ലൈറ്റ് മങ്ങുകയും തെളിയുകയും ചെയ്യുന്നു.

ഞാൻ ബൈക്ക് സ്റ്റാർട്ടാക്കി. പിന്നെ ഹെഡ് ലൈറ്റിട്ടു നോക്കി. ഒരു ഫലവുമില്ല. വളരെ സൂക്ഷിച്ച് ലൈറ്റില്ലാതെ തന്നെ മുന്നോട്ടോടിച്ച് ആ ഇലക്ട്രിക് പോസ്റ്റിന്റെ ചുവട്ടിലെത്തി. ട്യൂബ് ലൈറ്റിന്റെ മങ്ങിയും തെളിഞ്ഞുമുള്ള പ്രകാശം കണ്ണിന്റെ കാഴ്ചയ്ക്ക് വല്ലാത്ത അലോസരം. വണ്ടി സ്റ്റാന്റിൽ നിർത്തി.

ഹെഡ് ലൈറ്റിന്റെ കണക്ഷൻ പോയതാണോ? ബൾബ് ഫ്യൂസായതാണോ? അഴിച്ചു പരിശോധിക്കുവാൻ തന്നെ തീരുമാനിച്ചു.

അതാ തൊട്ടപ്പുറത്ത് ഒരു പഴയ കെട്ടിടം. ഏതാണ്ട് ഒരു ബസ് വെയിറ്റിങ് ഷെൽട്ടറിന്റെ രൂപമാണതിന്. കാലപ്പഴക്കം അതിന് മേൽ സകല വികൃതികളും തീർത്തതിന്റെ അടയാളവുമായി...

ആൾപ്പെരുമാറ്റമില്ലാതെ കാലഗതി കാത്തുകിടക്കുന്നു.

ചിലപ്പോൾ അത് പട്ടികളുടെയോ, കുറുക്കന്മാരുടെയോ താവളമായിരിക്കാം. ആ കെട്ടിടത്തിന്റെ സമീപത്തുനിന്നും ഞാൻ അല്പം പിന്നോട്ടുമാറി. അടുത്തുനില്ക്കുന്നത് അത്രയ്ക്ക് ഗുണകരമല്ലെന്ന് എനിക്ക് തോന്നി.

ഇപ്പോൾ തന്നെ ഇടിവെട്ടിയിരിക്കയാണ്, ഇനി... ആ പഴഞ്ചൊല്ല് മനസ്സിൽ... വേണ്ട ആരുടെയോ നാമധേയത്തിൽ പണിതുയർത്തിയ കെട്ടിടമാണത്. കാലപ്പഴക്കംകൊണ്ട് വികൃതമായ അക്ഷരങ്ങൾ അതാണ് അർത്ഥമാക്കുന്നത്.

കുറ്റിക്കാടുകളും വള്ളിപ്പടർപ്പുകളും പൊന്തക്കാടുകളും വളർന്നു ഇഴജന്തുക്കളുടെ ആവാസ കേന്ദ്രമായിരിക്കുകയാണ്.

ഏറെ വാഹനങ്ങളൊന്നും സഞ്ചരിക്കാത്ത ഈ റോഡിൽ ഏത് മഹാത്മാവിന്റെ പേരിൽ പണിത വെയിറ്റിങ് ഷെൽട്ടറായാലും അത് ഒരു അധികപ്പറ്റാണെന്ന് കാണുന്ന ആർക്കും തോന്നാതിരിക്കില്ല.

ഈ വിജനതയിൽ ആർക്കാണ് അഭയം? ആളു കേറാനില്ലാത്തിടത്ത് ഒരു ബസ് വെയിറ്റിങ് ഷെൽട്ടർ!

നിശ്ചേതനമായി ഇരുളിൽ പുതഞ്ഞ് അനന്തതയിലേക്ക് ലയിക്കുന്ന റോഡിന്റെ ഇരുഭാഗങ്ങളിലും നോക്കി ഞാൻ നെടുവീർപ്പിട്ടു. ഇപ്പോൾ തണുപ്പും മഞ്ഞുവീഴ്ചയും അധികരിച്ചിരിക്കുന്നു. ഇലക്ട്രിക് പോസ്റ്റിൽ നിന്ന് ട്യൂബ് ലൈറ്റിന് പ്രകാശിക്കാൻ കഴിയാത്തതിന്റെ വിതുമ്പലും തേങ്ങലും ഇരുളും വെളിച്ചവുമായി തുടർന്നുകൊണ്ടിരുന്നു.

അകലെനിന്നും ഒരു വാഹനത്തിന്റെ ഇരമ്പൽ!

ആകാശത്തിൽ വെളിച്ചം മഞ്ഞിൻ മാറാലകളെ വകഞ്ഞു മാറ്റി പുക പോലെ ഉയർന്നുവരുന്നു. വാഹനത്തിന്റെ ശബ്ദം ഇങ്ങടുത്ത് വരുന്നതു

പോലെ...

ഞാൻ ആ ദിശയിലേക്ക് നോക്കിനിന്നു. ആർത്തിയോടെ, ആശ്വാസത്തോടെ വഴി ചോദിക്കാനെങ്കിലും സാധിക്കുമല്ലോ...?

രാത്രിനേരമായതുകൊണ്ട്, വിജനമായ സ്ഥലമായതുകൊണ്ട് ഡ്രൈവറുടെ സഹായം ലഭിച്ചേക്കും. വിളിപ്പാടകലെനിന്നും വണ്ടി കണ്ടയുടനെ റോഡിലിറങ്ങിനിന്നു കൈ കാണിച്ചു.

എന്റെ മുഖത്തും ദേഹത്തുമെല്ലാം വെളിച്ചം കോരിയൊഴിച്ചുകൊണ്ട് ആ വാഹനം നിർത്താതെ കടന്നുപോയി. പെട്ടെന്ന് മാറിനിന്നില്ലായിരുന്നെങ്കിൽ...? ആ വാഹനത്തിന്റെ പിന്നിൽനിന്നും രണ്ട് ചുകന്ന കണ്ണുകൾ എന്നെ ഭീതിപ്പെടുത്തുമാറ് മിഴിച്ചുനോക്കി. ആ ചുകന്ന കണ്ണുകൾ എന്റെ കണ്ണിൽ പ്രകാശത്തിന്റെ നേർത്തശലാകയായി അലിഞ്ഞുതീരുന്നതുവരെ ഞാൻ നോക്കിനിന്നു.

ഇരുളിന്റെ കരിമ്പടം പുതച്ച് നിശ്ശബ്ദതയിൽ തലചായ്ച്ച് കിടന്ന വെയിറ്റിങ് ഷെൽട്ടറിന്റെ പിന്നിൽ വള്ളിപ്പടർപ്പുകൾക്കിടയിൽ പൊടുന്നനെ ഒരനക്കം!

ഒരാളനക്കം!

ഒരു മനുഷ്യരൂപം തെന്നിമാറുന്നതുപോലെ.....

ഞാൻ കണ്ടുവോ..?

ശരിക്കും കണ്ടു. ഒരു മനുഷ്യരൂപം തന്നെ.

പ്രകാശത്തെ ഭയക്കുന്ന ഒരു മനുഷ്യജീവി അവിടെ ഒളിഞ്ഞിരിപ്പുണ്ട്. തീർച്ച. ആ വാഹനത്തിന്റെ പ്രകാശത്തിൽനിന്ന് ഒഴിഞ്ഞുമാറുകയായിരുന്നു അതിന്റെ ലക്ഷ്യം എന്നെനിക്ക് തോന്നി.

പാമ്പും പെരുച്ചാഴിയും കൂടുകൂട്ടിയ ഇടിഞ്ഞു പൊളിഞ്ഞു വീഴാൻ കാത്തിരിക്കുന്ന കെട്ടിടത്തിൽ ആര് എന്തിന് ഒളിഞ്ഞിരിക്കണം?

ഇരുളിന്റെ മറവും കോടമഞ്ഞിന്റെ നരച്ച പതയും അലിഞ്ഞു ചേർന്നുണ്ടായ തിരസ്കരണിക്കപ്പുറത്ത് നിശൂന്യത നിറഞ്ഞാടുകയാണ്. അതു തന്നെ ഒരു മറയായിരുന്നിട്ടുകൂടി...

വല്ല കള്ളനോ, കവർച്ചക്കാരനോ പതുങ്ങിയിരിക്കുന്നതാണോ?

അതാ ഒരു പ്രകാശനാളം.

ഒരാൾ നടന്നുവരികയാണ്. കൈയിലൊരു മെഴുകുതിരി കത്തിച്ച് പിടിച്ച വെട്ടവുമായി നേരെ നടന്നുവരുന്നു. എന്റെ അടുത്തേക്ക് തന്നെയാണ് വരുന്നത്. ഏതായാലും ഒരു മനുഷ്യൻ തന്നെ എന്ന് എനിക്ക് തിരിച്ചറിയാവുന്ന ദൂരത്തിലെത്തി.

ആരെങ്കിലുമാവട്ടെ. എന്തെങ്കിലുമൊന്ന് മിണ്ടിപ്പറയാമല്ലോ. ഞാൻ അല്പമൊരാശ്വാസത്തോടെ നില്പായിരുന്നു. പക്ഷേ, വിളി കേൾക്കുന്ന ദൂരത്ത് എത്തിയപ്പോൾ ആ വെളിച്ചം പാടവരമ്പിലേക്കിറങ്ങിപ്പോയി. എന്റെ കണ്ണിൽ ആ വെളിച്ചം നേർത്ത് നേർത്തില്ലാതാവുകയും ചെയ്തു.

എന്റെ ആ പ്രതീക്ഷ വെറുതെയായി.

വല്ലാത്ത നിരാശ തോന്നി.

വീണ്ടുമതാ ഒരു വാഹനത്തിന്റെ ഇരമ്പൽ.

ഞാൻ ചെവിയോർത്തു. നേരത്തെ ഒരു വാഹനം ഓടിപ്പോയതിന്റെ അതേ ദിശയിൽനിന്ന് തന്നെ. ആ വാഹനം തിരിച്ചുവരുന്നതാകുമോ? ആ വാഹനത്തിന്റെ വെളിച്ചം റോഡിൽ മറവിൻതിരിവിൽനിന്നും മഞ്ഞുപാളികളേയും ഇരുളിനേയും വകഞ്ഞുമാറ്റി ആകാശത്തോളം പടർന്നു കയറുന്നു.

അതിവേഗത്തിലാണതിന്റെ വരവ്.

ഞാൻ റോഡിന്റെ അരികിൽനിന്നും അല്പം മുമ്പോട്ട് കയറിനിന്ന് വാഹനത്തിന് കൈകാണിച്ചു. വാഹനത്തിന്റെ തല വെളിച്ചത്തിൽ ഞാൻ കുളിച്ചുനില്ക്കുമ്പോൾ പുതഞ്ഞുകയറിയ പ്രകാശരശ്മികളാൽ എന്റെ കണ്ണുകൾ ചിമ്മിയടഞ്ഞു. കഴുത്ത് വെട്ടിച്ച് റോഡിന്റെ മറ്റേ ഓരത്തേക്ക് നോക്കിയപ്പോൾ അതാ... ഒരു ആൾരൂപം!

ശരിക്കും ഞാൻ കണ്ടു.

ആ ബസ് വെയിറ്റിങ് ഷെൽട്ടറിന്റെ പിന്നിലെ കുറ്റിക്കാടുകളുടെയും വള്ളിപ്പടർപ്പുകൾക്കിടയിലൂടെയും ഇഴഞ്ഞ് മറപറ്റി നില്ക്കാൻ ശ്രമിക്കുമ്പോലെ.

വെളിച്ചത്തിൽനിന്നും ഒളിഞ്ഞു നില്ക്കുവാൻ മറവ് തേടുന്ന ഒരു രൂപം. ആൾരൂപം തന്നെ!!

ആ ആൾരൂപത്തിലേക്ക് എന്റെ കണ്ണും മനസ്സും ഓടിയെത്തുന്നതിന് മുമ്പ് ആ വാഹനം സഡൻ ബ്രേക്കിട്ട് എന്റെ മുന്നിൽ.

ആ വണ്ടിയിൽനിന്നും ചാടിയിറങ്ങിയ രണ്ടുപേർ എന്റെ സമീപത്തേക്ക് ധൃതിയിൽ വന്നു നിന്നു.

"താൻ ഏതാ? എന്താണിവിടെ കാര്യം?" തുടരെത്തുടരെയുള്ള ചോദ്യങ്ങൾ.

അവരുടെ മട്ടും മാതിരിയുമെല്ലാം ഒരുതരം മനുഷ്യപ്പറ്റില്ലാത്ത രീതിയിലായിരുന്നു.

ഞാനവിടെ എത്തപ്പെട്ടതിന്റെയും കാത്തുനില്ക്കുന്നതിന്റെയും കാരണങ്ങളുടെ ഒരു ഏകദേശരൂപം ഒറ്റ ശ്വാസത്തിലെന്നോണം ഞാനവർക്ക് വിവരിച്ചുകൊടുത്തു. ഇനി എനിക്ക് എത്തിച്ചേരാനുള്ള സ്ഥലവും പറഞ്ഞുകൊടുത്തു.

"പോകാൻ വഴി ഞങ്ങൾ പറഞ്ഞുതരാം." ഒരാൾ പറഞ്ഞു.

"താനിവിടെ കുറേനേരമായല്ലോ നില്ക്കാൻ തുടങ്ങിയിട്ട്, അല്ലേ..?"

"അതെ," ഞാൻ പറഞ്ഞു.

"ഞങ്ങൾ ഒരു പ്രശ്നത്തിലാ... ഞങ്ങളുടെ ഒപ്പമുണ്ടായിരുന്ന ഒരു പെൺകുട്ടി, ഈ വണ്ടിയിൽനിന്നും ഞങ്ങളറിയാതെ മിസ്സായി. ചെറിയ മാനസിക പ്രശ്നമുണ്ട്. ആശുപത്രിയിലേക്ക് കൊണ്ടുപോകുന്ന വഴിയാ..."

"പെൺകുട്ടിയെന്ന് വെച്ചാൽ തീരെ ചെറുപ്പമല്ല. ഒരു പത്തിരുപതിന് മേലെ കാണും. വേഷം... ങ്ഹാ ചുകപ്പ് ടോപ്പും വെളുത്ത കുർത്തയുമാണ്."

“താൻ കണ്ടോ?”

“ഇതുവഴിയെങ്ങാനും പോകുന്നതുകണ്ടോ?”

“ഏയ് ഞാൻ കണ്ടില്ല. ഇത്രനേരമായിട്ടും ഒരു മനുഷ്യനേയും ഈ വഴിയിൽ കണ്ടതേയില്ല. ഒരു വാഹനം കണ്ടു. ഞാനതിന് കൈ കാണിച്ചു. പക്ഷേ, നിർത്താതെ പൊയ്ക്കളഞ്ഞു. അതിന് ശേഷം കണ്ടത് നിങ്ങളേയും...”

“ശരി... ശരി... വണ്ടിയിൽ കയറൂ.” അവർ ധൃതിയിൽ വണ്ടിയിൽ കയറി സ്റ്റാർട്ട് ചെയ്തു പോകാൻ തുടങ്ങുമ്പോൾ.

“ഏയ്... താനതിനെ കാണുകയാണെങ്കിൽ പിടിച്ചുനിർത്തണം. വിട്ടുകളയരുത്... ഞങ്ങൾ ഇനിയും വരും. നല്ല ഒരു കോളാണ്.”

“ഹലോ.... അപ്പോൾ പട്ടണത്തിലേക്കുള്ള വഴി പറഞ്ഞില്ലാ...”

എന്റെ ചോദ്യം വണ്ടിയുടെ ഇരമ്പലിൽ അലിഞ്ഞു ചേർന്നു പോയി. അതിന്റെ കറുത്ത പുകയിൽ ആ പരിസരം ഒന്നുകൂടി കറുപ്പിൽ കുളിച്ചു.

സംഗതി ഏതാണ്ട് വലിയൊരു കുഴപ്പത്തിന്റെ വക്കിലേക്ക് വഴിമാറുകയാണോ എന്നതായി എന്റെ സംശയം. അവരുടെ പെരുമാറ്റവും ചോദ്യങ്ങളും അത്തരത്തിലായിരുന്നു.

ഒരു പെൺകുട്ടിയെ വണ്ടിയിൽനിന്നും കാണാതായതിന്റെ സങ്കടമോ വിഷമമോ ആയിരുന്നില്ല അവരിൽ കണ്ടിരുന്നത്... കൈവിട്ടുപോയ ഏതോ കളവു മുതൽ തേടിയുള്ള പരക്കംപാച്ചിൽ പോലെയുണ്ട്.

കൈവിട്ടുപോയ ഇരയെ പിടിക്കാനുള്ള ആർത്തിപോലെ...

ഇനിയും ഇവിടെ നില്ക്കുന്നത് പന്തിയല്ലെന്ന് തീർച്ചയാക്കിയ ഞാൻ ഇരുട്ടാണെങ്കിലും വണ്ടി സ്റ്റാർട്ടാക്കി സിഗ്നൽ ലൈറ്റിന്റെ സഹായത്തോടെ പോകാൻ തീരുമാനിച്ചു.

ബൈക്ക് ചലിക്കാൻ തുടങ്ങുമ്പോഴേക്കും..

അതാ ഒരു മനുഷ്യരൂപം ബൈക്കിന് മുമ്പിലേക്ക്.

നേർത്ത നിലാവിന്റെ നേരിയ വെളിച്ചത്തിൽ ഒരു പെൺകുട്ടി. അഴിച്ചിട്ട തലമുടി, ആടിയുലഞ്ഞ വസ്ത്രങ്ങൾ, അവശതയാർന്ന പ്രകൃതം.

“എന്റെമ്മേ...”

എന്റെ നെഞ്ചൊന്നു പാളി. ബൈക്കിൽ കയറിയിരുന്ന് കാലൂന്നി നില്ക്കുന്ന ഞാനും ബൈക്കും ഇപ്പോൾ വീണുപോകുമോ എന്ന നില വരെ എത്തിയിരിക്കുന്നു.

നിലത്ത് കാൽവിരലൂന്നി കണ്ണടച്ച് അമർന്നിരുന്നു. എന്ത് കാഴ്ചയാണെന്റെ മുമ്പിൽ...

ഒരു നനുത്ത സ്പർശം കൈകളിൽ ഇഴഞ്ഞുവരുന്നതു പോലെ...

എന്താണത്?

എനിക്ക് കണ്ണുതുറന്ന് നോക്കാനാവുന്നില്ല.

ഇത്തിരി നേരം കഴിഞ്ഞപ്പോൾ

അടക്കിപ്പിടിച്ചുകൊണ്ട് ആരോ എന്നോട് സംസാരിക്കുന്നു.

“ആ കൂട്ടർ ഈ രാത്രിയിൽ അന്വേഷിച്ച് ഓടിനടക്കുന്നത്

എന്നെയാ..”

“എനിക്ക് ഭ്രാന്തില്ല. അയാൾ പറയുന്നതെല്ലാം ഞാൻ കേട്ടതാ.. ഒക്കെ കളവാണ്.”

നേർത്ത മനുഷ്യശബ്ദം എന്റെ ചെവികളിൽ...

ഞാൻ കണ്ണുതുറന്നു.

അതെ, ചുകന്ന ടോപ്പും വെളുത്ത കുർത്തയും ധരിച്ച ഒരു പെൺകുട്ടി. പ്രായവും ഏതാണ്ട് അതുതന്നെ. ആ ഇരുളിന്റെയും വെളിച്ചത്തിന്റെയും ഇടയിലൂടെ ഞാൻ കണ്ടു. ഒരു നിമിഷം, അവളെ ആകപ്പാടെ ഞാൻ ശ്രദ്ധിച്ചു. പതിയെ എന്റെ ശ്രദ്ധ അവളിലേക്ക് കേന്ദ്രീകരിച്ചു തുടങ്ങി.

അവൾ പറയുകയാണ്.

ആ കൂട്ടർ ചതിക്കുകയായിരുന്നു. പട്ടണത്തിലെത്തിച്ചുതരാമെന്നും, ഈ വഴി എളുപ്പമാണെന്നും പറഞ്ഞ് തെറ്റിദ്ധരിപ്പിച്ചാണ് വണ്ടിയിൽ കയറ്റിയത്. കുറച്ചുകഴിഞ്ഞ് ഇരുൾപറ്റി ആളൊഴിഞ്ഞ സ്ഥലമായപ്പോൾ ആ കൂട്ടരുടെ മട്ടും മാതിരിയും മാറി. എന്നെ ശല്യപ്പെടുത്താനും വൃത്തികേടുകൾ പറയാനും തുടങ്ങി. ഒരിടത്ത് എത്തിയപ്പോൾ എന്റെ വായ പൊത്തിപ്പിടിച്ച് ഒച്ചവെക്കാനനുവദിക്കാതെ ആളൊഴിഞ്ഞ പാടവരമ്പത്തിലൂടെ കൊണ്ടുപോകുന്നതിനിടയിൽ ഞാൻ കുതറിയോടുകയായിരുന്നു. ഒടുവിൽ ഈ കുറ്റിക്കാട്ടിൽ, ഈ കെട്ടിടത്തിന്റെ പിറകിൽ ഒളിഞ്ഞുനില്ക്കുകയായിരുന്നു.”

ഭയവും വിഭ്രാന്തിയുംകൊണ്ട് വിറങ്ങലിച്ച അവൾ തേങ്ങലടക്കാതെ പറഞ്ഞു.

“എന്നെ വിട്ടുകൊടുക്കരുതേ... പിച്ചിച്ചീന്തിക്കളയും. എന്നെ രക്ഷിക്കണം.”

കരഞ്ഞുകൊണ്ട് എന്റെ കാല്ക്കൽ വീഴുകയായിരുന്നു.

കരളലിഞ്ഞ് കുതിർന്ന് കണ്ണീരായിത്തീർന്നതിന്റെ രണ്ടു തുള്ളികൾ എന്റെ കാലിൽ വീണപ്പോൾ ഞാനറിയാതെ എന്റെ മനസ്സിലൊരു നിശ്ചയബോധം കരുത്തായി രൂപംപൂണ്ടു.

അവൾ ചീത്തയല്ലെന്നും ചീത്തയാക്കാൻ സമ്മതിക്കരുതെന്നും പറഞ്ഞു കരഞ്ഞുകൊണ്ടിരിക്കുകയും ചെയ്യുന്നു.

ഏതോ ഒരു പേക്കിനാവു പോലെ, തണുപ്പിലുറച്ച എന്റെ മനസ്സിൽ ഒരു ഉറവ ഒലിച്ചിറങ്ങുകയായി.

എന്ത് ചെയ്യണം?

എന്റെ ചിന്തയിൽ തേനീച്ചക്കൂട്ടങ്ങൾ വട്ടമിട്ട് പൊതിഞ്ഞു തുടങ്ങി. അല്പനേരം തരിച്ചുനിന്നുപോയി.

എങ്ങനെയാണ് രക്ഷിക്കുക?

വിജനമായ ഈ വഴിയോരത്ത് ഏറെ വൈകിയ ഈ രാത്രിയിൽ... എങ്ങനെയാണ് രക്ഷിക്കുക?

പെട്ടെന്ന് ഒരു ഉൾവിളിപോലെ ഒരു ചിന്ത.

ശരി.

ഞാൻ ധരിച്ച ജാക്കറ്റ് ഊരിയെടുത്ത് അവളോട് ധരിക്കാൻ പറഞ്ഞു. കഴുത്തിൽ ചുറ്റി മഫ്ളർ അവളോട് തലയടക്കം മൂടുവാൻ പറഞ്ഞു.

“വരൂ...” ഈ വെളിച്ചമില്ലാത്ത വണ്ടിയുമായി ഇരുളിനെ മറയാക്കി അപരിചിതമായ വഴികളിലൂടെ എത്തുന്നേടം വരെ പോകാം. ഒരഭയം നമുക്കായി കാത്തിരിക്കുന്നുണ്ടാവാം.

അവൾ പിന്നിൽ കയറിയിരുന്നു.

ബൈക്ക് സ്റ്റാർട്ടായി. അവൾ എന്നെ തൊട്ടുരുമ്മാതെയിരിക്കുന്നു. ഇരുൾക്കയങ്ങളിൽ നീന്തിപ്പോകുന്നതുപോലെ ബൈക്ക് പുകയുതിർത്ത് ശബ്ദവീചികളോടെ മുന്നോട്ട് നീങ്ങിത്തുടങ്ങിയപ്പോൾ ഹെഡ് ലൈറ്റിന്റെ സ്വിച്ചിൽ ഞാനൊന്നമർത്തി.

ലൈറ്റ് ഓൺ...!!

എന്റെ ഹൃദയം തുടിച്ചു. ഉത്സാഹത്തിമിർപ്പോടെ മുന്നോട്ട്.

മഞ്ഞിൽപ്പുതഞ്ഞ വഴിയിടങ്ങളിൽ ഇരുളിന്റെ മൂടുപടത്തെ തുടച്ചു മാറ്റി ബൈക്ക് മുന്നോട്ടു കുതിച്ചു.

യാത്ര തുടരുകയാണ്.

രാത്രി ഏറെ വൈകിയിരിക്കയാണ്. തണുപ്പിന്റെ സൂചിമുനകൾക്ക് മൂർച്ച കൂടി. അവൾ എന്റെ മുതുകിൽ പിടിച്ച് എന്റെ ചെവിയോട് മുഖം ചേർത്തുകൊണ്ട് പറഞ്ഞു.

“ഒരു വാഹനം പിന്നാലെയുണ്ട്.”

എന്റെ നെഞ്ചൊന്ന് പിടഞ്ഞു. ബൈക്കിന്റെ ആക്സിലേറ്റർ ഒന്നുകൂടി മുറുകി. സൈഡ് മിററിൽ നോക്കി.

അതാ... ആർത്തിപൂണ്ട ചെന്നായയെപ്പോലെ തുളച്ചുകയറുന്ന രണ്ടു കണ്ണുകളുമായി പിന്നാലെ..

“നിന്നെ ഞാനറിയില്ല. നിന്റെ മുഖം പോലും ഞാൻ കണ്ടില്ല. പക്ഷേ, നീയൊരാപത്തിൽ പെട്ടുവെന്നതിന്റെ പേരിൽ മാത്രമാണ് ഞാൻ... ഒരു പക്ഷേ, നിന്നെ രക്ഷിച്ചതിന് ഞാനും നീയും...”

“ഇല്ല. എന്നെ വിശ്വസിക്കാം. ഒരാപത്തും വരില്ല.”

അവൾ പേരു പറഞ്ഞു. ജോലി പറഞ്ഞു. സംഭവിച്ചതെല്ലാം പറഞ്ഞു തുടങ്ങി.

പിന്നിൽനിന്നും ഓടിവരുന്ന വാഹനം ബൈക്കിനെ മറികടന്നു മുമ്പിൽ ബ്രേക്കിട്ടു നിന്നു.

ഞാൻ ദഹിച്ചുപോയി.

പൊലീസ് പാർട്ടി. നൈറ്റ് പെട്രോൾ!

“എവിടുന്നു വരുന്നു?”

“ഒരു... ഒരു ബന്ധുവീട്ടിൽ നിന്നു വരാ...”

“ഹോ... ഭാര്യയേയും കൂട്ടി സർക്കീറ്റിന് പോകാൻകണ്ട നേരം... ഈ മനുഷ്യരില്ലാത്ത മലമടക്കിലൂടെ... ബുദ്ധിയില്ലാത്ത വർഗ്ഗം. ഇഡിയറ്റ് ങ്ഹും പൊയ്ക്കോളൂ.”

ഇൻസ്പെക്ടർ ക്ഷുഭിതനായിരുന്നു.

ബൈക്ക് മുമ്പോട്ടു നീങ്ങി. പക്ഷേ, എന്റെ തലയ്ക്ക് ആരോ ഇരുമ്പുലക്കകൊണ്ട് ഇടിച്ചതുപോലെ ഒരു അനുഭവം...

അവൾ ആത്മധൈര്യം വീണ്ടെടുത്തതുപോലെയും..

ഇപ്പോൾ അവൾ കുറേക്കൂടി എന്നോട് ചേർന്നിരുന്നാണ് യാത്ര. ഒരു കൈ എന്റെ മുതുകിൽ അമർന്നു കിടക്കുന്നു.

ബൈക്ക് ഇപ്പോൾ എൻ എച്ച് റോഡിൽ പ്രവേശിച്ചു. ഇനി പട്ടണത്തിലേക്ക് അധികദൂരമില്ല. മൈൽ സ്റ്റോൺ വഴികാട്ടിയായി. വേഗമളക്കാൻ സഹായമായി.

"തനിക്ക് ബസ് സ്റ്റാന്റിലോ, റെയിൽവേ സ്റ്റേഷനിലോ...? എവിടെ വേണമെങ്കിലും പോകാം. എവിടേക്കാണ് പോകേണ്ടതെന്ന് പറഞ്ഞാൽ മതി."

അവൾ മിണ്ടാതിരിക്കുകയാണ്.

ഇനി പട്ടണത്തിലേക്ക് കേവലം അരമണിക്കൂർ മാത്രം. ഇനി ആരെയും പേടി വേണ്ട.

അവളിൽ പ്രതികരണമില്ല.

എന്റെ ദേഹത്തോട് ചേർന്ന് കിടന്നുറങ്ങുകയാണോ?

"റെയിൽവേ സ്റ്റേഷനാണ് കുറേക്കൂടി സുരക്ഷിതം. അവിടെ വനിതകളുടെ വിശ്രമ മുറിയിൽ ഇരിക്കാം. നേരം നോക്കി വണ്ടിക്കോ ബസിനോ പോകാമല്ലോ." ഞാൻ പറഞ്ഞു.

അപ്പോഴും അവളുടെ പ്രതികരണം മൗനം മാത്രമായിരുന്നു.

ബൈക്ക് റെയിൽവേസ്റ്റേഷൻ കോമ്പൗണ്ടിൽ പ്രവേശിച്ചു. മരങ്ങൾ മറവായി നില്ക്കുന്ന ഒരു ഭാഗത്ത് ബൈക്ക് നിർത്തി.

"ഇറങ്ങൂ."

അവളുടെ കൈ എന്റെ മുതുകിൽ തന്നെ ഒട്ടിക്കിടക്കുകയാണോ?

"ഇറങ്ങുന്നില്ലേ...?" ഞാനൊന്നുറക്കെ ചോദിച്ചു.

അവൾ ഞെട്ടിയുണർന്നതുപോലെ ബൈക്കിൽനിന്നും ഊർന്നിറങ്ങി അകലെ മാറിനിന്നു.

റെയിൽവേസ്റ്റേഷൻ കോമ്പൗണ്ടിൽ പ്രകാശിക്കുന്ന നിയോൺ ബൾബിന്റെ വെളിച്ചത്തിൽ ഞാനവളെ കണ്ടു.

ഭയചകിതമായ കണ്ണുകളിൽ ഒരഭയം തേടുന്നതുപോലെ..

തലയിൽ കെട്ടാൻ കൊടുത്ത മഫ്ളറും ജാക്കറ്റും ഊരി ബൈക്കിന്റെ സീറ്റന്മേൽ വെച്ച് അവൾ മിണ്ടാതെ നിന്നു.

"വിശ്രമ മുറി ഞാൻ കാട്ടിത്തരാം. പോന്നോളൂ."

വിശ്രമ മുറിയിൽ വേറെയും സ്ത്രീകളുണ്ട്. അവർ പക്ഷേ, യാത്രക്കാരല്ല.. പട്ടണത്തിലെ നിശാചരികൾ! ഊഴം കാത്തിരിക്കുന്നവർ!

"ഹിയർ യുവാർ സെയ്ഫ്. ഓ കെ ഗുഡ് ബൈ." ഞാൻ പുറത്തേക്കിറങ്ങി.

അവൾ ഷാൾ കൊണ്ട് തലയും മുഖവും മൂടിക്കൊണ്ട് അകത്തേക്ക്

കടന്നു.

അമ്മ ഉറങ്ങാതെ കാത്തിരിക്കുന്നുണ്ടാവും. അതാണ് ശീലം. ചില പ്പോൾ ഭക്ഷണംപോലും കഴിച്ചിട്ടുണ്ടാവില്ല. എത്ര പറഞ്ഞാലും ശീല ത്തിൽ മാറ്റം വരുത്തുകയുമില്ല.

എന്റെ ബൈക്കിന്റെ ശബ്ദവും വെളിച്ചവും വീടിന്റെ ഗെയിറ്റ് കടന്നു മുറ്റത്തെത്തിയപ്പോൾ വാതിൽ തുറന്ന് അമ്മ പുറത്തേക്ക് വന്നു.

"അമ്മയെന്താ കിടക്കാതിരുന്നത്?"

"നീ വരാൻ വൈകിയതുകൊണ്ട്."

ഡയിനിങ് ടേബിളിൽ ഭക്ഷണം കാത്തിരിക്കുന്നു.

എന്റെ കുശലങ്ങൾ തുടരാതിരിക്കാൻ അമ്മ പറഞ്ഞു.

"നേരം കളയാതെ വേഷം മാറി വന്നു ഭക്ഷണം കഴിക്കൂ.."

"അമ്മയ്ക്ക് നേരത്തേ ഭക്ഷണം കഴിച്ചൂടായിരുന്നുവോ?"

"ആട്ടെ നീ എന്തായിത്ര താമസിച്ചത്?"

"എത്തുമെന്ന് പറഞ്ഞ നേരം കഴിഞ്ഞിട്ടിപ്പോൾ മണിയെത്രയായി"

ഞാൻ മുഖം കഴുകി വന്നു. അമ്മയുടെ അടുത്തിരുന്നു ഭക്ഷണം കഴിച്ചുതുടങ്ങി.

വഴിതെറ്റിപ്പോയതും തുടർന്നുണ്ടായതും അമ്മയോട് വിവരിച്ചുകൊ ണ്ടിരുന്നു.

"എന്നിട്ടെവിടെയാ അവളെ ഇറക്കിവിട്ടിരിക്കുന്നത്? കഴുകന്മാർ കൊത്തിപ്പറിച്ച് കൊന്നുകളയുമോ?.... മാനം കാക്കാൻ കഴിയാതെ വരു മ്പോൾ അഭിമാനിയായ പെണ്ണ് ചിലപ്പോൾ സ്വയമങ്ങില്ലാതാവാനും മതി.."

ഞാൻ സ്തബ്ധനായിരുന്നു പോയി. അമ്മ എന്നെ കുറ്റപ്പെടുത്തുക യാണ്.

"ഇന്നാട്ടിൽ നടക്കുന്നതൊന്നും നീ കാണുന്നില്ലേ?"

"ഞാനുടനെ ഭക്ഷണം മതിയാക്കി. ബൈക്ക് സ്റ്റാർട്ടു ചെയ്തു പുറ ത്തേക്കോടി. റെയിൽവേ സ്റ്റേഷൻ കോമ്പൗണ്ടിലെത്തി.

അതാ ആ വണ്ടി... താൻ വിജനമായ പ്രദേശത്ത് കണ്ട അതേ വണ്ടി തന്നെ. പക്ഷേ, വണ്ടിക്കകത്ത് ആരുമില്ല.

ആ കഴുകന്മാർ ആ പെണ്ണിനെ റാഞ്ചാൻ ഇവിടെയും അന്വേഷിച്ച് വന്നിരിക്കുന്നു?

ബൈക്ക് മറവിലൊരിടത്ത് നിർത്തി. സ്ത്രീകളുടെ വിശ്രമമുറിയുടെ അടുത്തെത്തി. അവിടെ ഒരു സ്ത്രീയും ഉണ്ടായിരുന്നില്ല.

വടക്കുനിന്നും ഒരു ട്രെയിൻ വരുന്നതിന്റെ സിഗ്നൽ കണ്ടു. അനൗൺസ്മെന്റ് കേൾക്കുന്നു.

സ്റ്റേഷൻ പ്ലാറ്റ്ഫോമിൽ അധികമാരുമില്ല. യാത്രക്കാരിൽ സ്ത്രീക ളുമില്ല.

പിന്നെ അവളെവിടെ...?

ആ കഴുകന്മാരെ ഭയന്ന് വല്ല....

എനിക്കൊന്നും മനസ്സിലാവാത്തതുപോലെയായി.

വനിതാ കമ്പാർട്ടുമെന്റിന്റെ പൊസിഷനിൽ ഞാൻ ചെന്നു നിന്നു.

ട്രെയിൻ സ്റ്റേഷനിൽ ഞരങ്ങിയും മൂളിയും അറച്ചറച്ച് തളർന്നു വന്നു നിന്നു.

കുറച്ചുപേർ ഇറങ്ങി.

വനിതാ കമ്പാർട്ടുമെന്റിൽ കയറാൻ ഒറ്റ സ്ത്രീയും ഉണ്ടായിരുന്നില്ല. വണ്ടി ചൂളം വിളിച്ചു. വീണ്ടും യാത്രയ്ക്കൊരുങ്ങി. ഞാൻ വണ്ടിയുടെ ആദ്യാവസാനം ശ്രദ്ധയോടെ പലതവണ വീക്ഷിച്ചു. തെക്കും വടക്കുമായി നീണ്ടുനില്ക്കുന്ന കമ്പാർട്ടുമെന്റുകൾ.

അവളെ കാണുന്നില്ല.

സ്റ്റേഷൻ പരിസരവും മാത്രമല്ല അകലെങ്ങളെപ്പോലും കിടിലപ്പെടുത്തി വണ്ടി യാത്രയ്ക്കൊരുങ്ങുമ്പോൾ ഒരിക്കൽക്കൂടി ഉയർന്ന നീണ്ട ചൂളം വിളി.

അതാ ഒരു സ്ത്രീരൂപം.

അതെ അവൾതന്നെ. വനിതാ കമ്പാർട്ടുമെന്റിൽ ഓടിച്ചെന്ന് കയറി പ്ലാറ്റ്ഫോമിലേക്ക് തല വെട്ടിച്ചുനോക്കുന്നു.

ചുകന്ന ടോപ്പും വെളുത്ത കുർത്തയും ധരിച്ച...

അവൾ തന്നെയാവണം?

കുമിളകൾ

പൂരക്കളി ആശാൻ കോരൻ ഗുരുക്കളെ നാട്ടുകാർക്കെല്ലാം സുപരിചിതമാണ്.

നല്ല മനുഷ്യനാണ്. ആർക്കും നല്ലതു പറഞ്ഞുകൊടുക്കുന്ന പരോപകാരി. ചില്ലറ വൈദ്യവും മന്ത്രവാദവും ഒപ്പമുണ്ട്. ആരെയും കുഴിക്കാനോ നികത്താനോ ഗുരുക്കളില്ല.

നാട്ടിലും പുറനാട്ടിലും പൂരക്കളി പഠിപ്പിച്ച ആശാന് എമ്പാടും ശിഷ്യന്മാരും പരിചയക്കാരും തന്നെയാണ്.

ഗുരുക്കളുടെ മരുമകനാണ് പപ്പൻ. പുഞ്ചക്കരയിൽ കല്യാണം കഴിച്ചയച്ച, ഗുരുക്കളുടെ മൂത്ത പെങ്ങൾ കുഞ്ഞിമ്മാളുവിന്റെ മകൻ.

പപ്പൻ ഏഴാം ക്ലാസുവരെ പൊക്കൻമാഷുടെ സ്കൂളിൽ പഠിച്ചു. സ്കൂളിലെ പഠിപ്പ് തീരെ കൊള്ളാത്തതുകൊണ്ട് പപ്പൻ സ്വയം പഠിപ്പ് നിർത്തുകയായിരുന്നു.

എന്തെങ്കിലും പണിക്ക് പോകുന്നതാണ് നല്ലതെന്ന ചിന്തയുണ്ടായി. അങ്ങനെയാണ് മദിരാശിയിലേക്ക് വണ്ടി കയറിയത്. പക്ഷേ, അധികനാൾ അവിടെ നിന്നില്ല. തിരിച്ച് അമ്മാവനായ കോരൻ ഗുരുക്കളുടെ അടുത്തേക്കുതന്നെ വന്നു.

“കുലത്തൊഴില് ചെയ്യാൻ മടിയുണ്ടാകാം. കാലം മാറുകയല്ലേ...? ജോലി തേടി നാടുവിട്ടുപോവുകയൊന്നും വേണ്ട. നാട്ടിലായാലും അദ്ധ്വാനിച്ച് ജീവിക്കുന്നതല്ലേ നല്ലത്. ഇവിടെനിന്ന് നെയ്ത്തു പണി പഠിച്ചോളൂ. നല്ല തൊഴിലാണ്, പഠിച്ചാല് വരുമാനമായി. എത്രയെത്ര കുടുംബങ്ങൾ ഈ തൊഴിൽ ചെയ്ത് ജീവിച്ചുപോരുന്നു.”

“ആൺകുട്ടികളില്ലാത്ത ഈ വീട്ടില് നിയ്യൊരു സഹായവുമാവുമല്ലോ... എന്താ...?”

പപ്പൻ സമ്മതിച്ചു.

മുതിർന്ന രണ്ടു പെൺകുട്ടികളാണ് ഗുരുക്കൾക്കുള്ളത്. ഏടത്തിയും അനുജത്തിയുമാണെങ്കിലും രണ്ടു പെമ്പിള്ളേരും നിയ്യോ ഞാനോ എന്ന മട്ടിൽ പൊര നിറഞ്ഞുവരുവല്ലേ...!

"ഒരു ധൈര്യല്ലേ?"

"ഓനിവിടെ നിന്ന് നെയ്ത്ത് പണി പഠിച്ചോട്ടെന്ന്. ഞങ്ങളു തിന്നുന്നേന്റെയും കുടിക്കുന്നേന്റെയും ഓരോരി ഓനു കൊടുത്താൽ ഒരു ചേതോം വരില്ല്യ. ഇവ്ടുത്തെ ചോര തന്ന്യല്ല്യേ..."

ഭാര്യ ദേവകിക്കും ഗുരുക്കളുടെ തീരുമാനം വലിയ സമ്മതമായി.

തൊട്ടടുത്ത് തന്നെയാണ് നെയ്ത്ത് പണി നടക്കുന്ന ശാലിയത്തെരു. മിക്കവാറും എല്ലാ ശാലിയ കുടീലും നെയ്ത്ത് പണിയുണ്ട്. ഒറ്റ മഗ്ഗത്തിൽ പണിയെടുക്കുന്നവരാണ് കൂടുതൽ. വലിയ നെയ്ത്ത് ജാഗ കെട്ടി പത്തിരുപത്തഞ്ച് മഗ്ഗത്തിൽ പണിയെടുപ്പിക്കുന്നവർ കുറച്ചുപേരെയുള്ളൂ. ശങ്കരനും കണ്ണൻ ചെട്ട്യാരും പൈതലുചെട്ട്യാരും ആ കൂട്ടത്തിൽ പെടുന്നവരാണ്.

കടവിനപ്പുറം ശാലിയത്തെരു.

പണ്ട്, വളരെപ്പണ്ട് അത് ഒരു ഏരി പ്രദേശമായിരുന്നുവത്രെ. എന്ന് പറഞ്ഞാൽ വെള്ളക്കെട്ടുള്ള പ്രദേശം. കാലാന്തരത്തിൽ ഏരിയിലെ വെള്ളം വാർന്നൊഴുകിയും വറ്റിയും പയ്യേ പയ്യേ ജനവാസമായതാണെന്ന് പഴയ മനസ്സുകളിലെ, നാട്ടറിവുകളിലെ ഓർമ്മച്ചെപ്പുകളിലുണ്ട്.

ഏരി കടന്നാണ് അപ്പുറത്തേക്ക് ആളുകൾ പോയിരുന്നത്. ഏരിയുടെ കടവു കടന്ന് അപ്പുറം പോയത് പറഞ്ഞു പറഞ്ഞു കടവിനപ്പുറമായി. അതൊരു പ്രാദേശിക നാമമായി; കടവിനപ്പുറം എന്ന ഗ്രാമമായി.

തെരുവിൽ തറിയുടെയും, നല്ലിച്ചക്രം ചുറ്റുന്നതിന്റെയും ഒച്ചപ്പാട് തന്നെയായിരിക്കും. തെരുവിലൂടെ നടക്കുമ്പോൾ കരിന്തേരട്ടയുടെ മണം മൂക്കിൽ പാഞ്ഞുകേറും. ചിലപ്പോൾ മൂക്കിന്റെ ഉൾവശം എരിയുകയും ചെയ്യും. നെയ്യാനുള്ള പാവുനൂല് വെളുപ്പിക്കാൻ ബ്ലീച്ചിടുന്നതിന്റെ മണമാണത്.

കോരൻ ഗുരുക്കൾ കണ്ണൻ ചെട്ട്യാരെക്കണ്ട് കാര്യം പറഞ്ഞു.

കണ്ണൻ ചെട്ട്യാരും ഒരു പൂരക്കളിക്കാരനാണ്. കണ്ണൻ ചെട്ട്യാർക്ക് സമ്മതം.

“മരുമകനെ നെയ്ത്ത് പഠിക്കാൻ പറഞ്ഞയച്ചോളൂ.” കണ്ണൻ ചെട്ട്യാർ സമ്മതിച്ചു.

പപ്പൻ നെയ്ത്ത് പഠിക്കാൻ പോയിത്തുടങ്ങി. ഒന്നൊന്നര ആഴ്ച കൊണ്ട് തോർത്ത് നെയ്യാൻ ശീലിച്ചു. പിന്നീട് മുണ്ട്... ലുങ്കി...

മാസമൊന്നു കഴിഞ്ഞപ്പോൾ പപ്പൻ ഒരു നെയ്ത്തുകാരനായി. പണിയെടുത്ത് കൂലി വാങ്ങുന്ന ഒരു തൊഴിലാളി!

ആദ്യത്തെ കൂലി വാങ്ങിയ ദിവസം പപ്പന് സന്തോഷത്തിന്റെ നിമിഷങ്ങളായിരുന്നു.

ആദ്യത്തെ കൂലി അമ്മാവനായ കോരൻ ഗുരുക്കളുടെ കൈകളിലേല്പിച്ചു. പൊരുത്തം വാങ്ങി.

അക്കാലത്ത് തൊഴിലാളി യൂണിയൻ പ്രവർത്തനമൊന്നും നടപ്പുണ്ടായിരുന്നില്ല. സംഘബോധത്തിന്റെ അപര്യാപ്തത തൊഴിലാളികളിൽ അകലം സൃഷ്ടിച്ചിരുന്നു.

ഒരു നാൾ കൃഷ്ണൻ മാസ്റ്റർ ജാഗയിൽ വന്നു തൊഴിലാളികളെ കണ്ട് പരിചയപ്പെട്ടു.

പല രാജ്യങ്ങളിലെയും തൊഴിൽ മേഖലകളെക്കുറിച്ചും അവിടുത്തെ

തൊഴിലാളികളെക്കുറിച്ചും അവരുടെ തൊഴിലിടങ്ങളിലെ പ്രശ്നങ്ങളെക്കുറിച്ചും അവരുടെ ഐക്യബോധത്തെക്കുറിച്ചും സവിസ്തരം വിശദീകരിക്കുകയുണ്ടായി.

പണിയെടുക്കുന്നവന്റെ ലോകത്തേക്കുള്ള പുതിയ അറിവിന്റെ വാതായനങ്ങൾ തുറക്കുകയായിരുന്നു മാസ്റ്റർ.

ദൂരെ, അങ്ങ് ഒരു രാജ്യത്ത് തൊഴിലാളി വർഗ്ഗത്തിന്റെ നേതൃത്വത്തിലുള്ള ഭരണകൂടമാണെന്നും അവിടെ തൊഴിലാളികൾ ചൂഷണരഹിതരാണെന്നും മാസ്റ്റർ വിശദമാക്കുകയുണ്ടായി.

“അങ്ങനെയുമുണ്ടോ?”

കേട്ടു നിന്നവർ അതിശയത്തോടെ ആരാഞ്ഞു.

തൊഴിലാളികൾ സംഘടിതരാവണമെന്നും അദ്ധ്വാനിക്കുന്ന തൊഴിലാളികൾക്ക് ഒരു വർഗ്ഗരാഷ്ട്രീയമുണ്ടെന്നും ഒരു പാർട്ടിയുണ്ടെന്നും ആ പാർട്ടിയുടെ കൊടിയുടെ നിറം ചുവപ്പാണെന്നും അതിൽ അദ്ധ്വാനത്തിന്റെ ചിഹ്നം അടയാളപ്പെടുത്തിയിട്ടുണ്ടെന്നും കൃഷ്ണൻ മാസ്റ്റർ ആവേശഭരിതനായി പറഞ്ഞു.

കേട്ടുനിന്ന പപ്പന്, അങ്ങനെയുള്ള ഒരു കൊടി കാണാനും ഇന്നാട്ടിൽ ആ കൊടി ഉയർത്താനും വല്ലാത്ത ആവേശമായി.

പപ്പൻ ചോദിച്ചു.

“എവിടുന്നാ മാഷേ ഒരു കൊടി കിട്ടുക?”

അപ്പോൾ കൂട്ടത്തിലുണ്ടായിരുന്ന കെ പി കുഞ്ഞിരാമൻ തിരുത്തി. “മാഷ് അല്ല സഖാവ് എന്ന് വിളിക്കൂ....”

പപ്പൻ പറഞ്ഞു. “സഖാവ് കൃഷ്ണൻ മാസ്റ്റർ, ഒരു ചുവന്ന കൊടി ഞങ്ങൾക്കും വേണായിരുന്നു.”

പിറ്റേന്ന് വൈകുന്നേരം കരുണനും പുരുഷുവും കൂടി തലശ്ശേരിയിൽ നിന്നും ഒരു കൊടി കൊണ്ടുവന്നു. തെരുവിലെ ഗുംടിയുടെ തിണ്ടുമ്മലെ തെങ്ങിനോടു ചേർന്ന് ഒരു മുളവടി കെട്ടി അതിൽ ചെങ്കൊടി കെട്ടി ഉയർത്തി.

അന്ന് ആ സന്ധ്യയിൽ ചക്രവാളച്ചരുവുകളിൽ കുങ്കുമപ്പൂക്കൾ വാരി വിതറിയിരുന്നു. ആ വൈകുന്നേരത്തെ ഇളംകാറ്റിൽ ചെങ്കൊടി ആനന്ദത്തോടെ പാറിക്കളിച്ചു. ആ ദൃശ്യം കണ്ട തൊഴിലാളികൾ അഭിമാനത്തോടെ സന്തോഷിച്ചു.

ചുവന്ന കൊടി കെട്ടിയതറിഞ്ഞ് ദൂരെ നിന്നുപോലും ആളുകൾ വന്നു. കണ്ടു. മടങ്ങി.

നേരുതന്നെ. ചുകന്ന കൊടി. ചെങ്കൊടി.

ഇത് പണിയെടുക്കുന്നവന്റെ കൊടിയാ...?

പണിയെടുക്കുന്നവന്റെ പാർട്ടിക്കൊടി.

തൊഴിലാളികളുടെ ആനന്ദവും ആവേശവുമായി ആ കൊടി പാറിക്കളിച്ചു.

തെരുവിലെ കുഞ്ഞപ്പേട്ടൻ അതിനെ നോക്കി സല്യൂട്ട് ചെയ്തു.

നാളുകൾ കടന്നുപോയി.

അന്ന് പപ്പന് പണിയില്ലായിരുന്നു. അവൻ കുട്ട്യാമന്റെ ഗുംടിയുടെ തിണ്ണയിൽ ചാരിയിരുന്ന് ഒരു പത്രത്താളിൽ നോക്കി വായിക്കുകയായിരുന്നു.

വലിയപുരയിൽ പാർക്കും ചാത്തുണ്ണിനായർ മൂപ്പര് ആ വഴി വന്നു. കുട്ട്യാമന്റെ ഗുംടിയിൽ കയറി ഒരു ചുരുട്ടെടുത്ത് കത്തിച്ച് രസിച്ചുവലിച്ച് പുകവിട്ടുകൊണ്ട് കുട്ട്യാമനോട് കറുപ്പിച്ച് ചോദിച്ചു.

"എടാ... ഏതാണെടാ ഈ ചെക്കൻ? വല്യ വായനക്കാരൻ? ആളെ കണ്ടിട്ടും ഒരു കുലുക്കോല്ലാത്തോൻ...?"

"അതോ കോരൻ ഗുരുക്കളുടെ മരുമോനാ... പപ്പൻ. കണ്ണൻ ചെട്ട്യാരുടെ ജാഗേലാ ഓന് പണി. ഇങ്ങളെ ഓനറിഞ്ഞൂടാഞ്ഞിട്ടാ."

"ഛെ... കൊശവൻ, വഷളൻ... അയിത്തക്കാരൻ" ആക്രോശിച്ചു.

ചാത്തുണ്ണിനായർ മൂപ്പര് പത്രം വായിച്ചുകൊണ്ടിരുന്ന പപ്പന്റെ കാല് കുടക്കാല് കൊണ്ട് കൊളുത്തിവലിച്ച് താഴേക്കിട്ടു.

പപ്പൻ ഓർക്കാപ്പുറത്ത് നിലത്ത് റോഡിൽ മറിഞ്ഞുവീണു.

പപ്പന് ഒന്നും മനസ്സിലായില്ല. താഴെ വീണ പപ്പൻ ഉരുണ്ട് പിരണ്ട് എഴുന്നേറ്റുനിന്നു. അപ്പോൾ മൂപ്പര് ഒരു രൗദ്രമൂർത്തിയെപ്പോലെ കലിമൂത്ത് കരുവാളിച്ച മുഖവുമായി പപ്പന്റെ മുഖത്തേക്ക് നോക്കി കാർക്കിച്ചു തുപ്പി.

ദേഷ്യം ഒട്ടും തീരാഞ്ഞ് ഗുംടിയുടെ മുന്നിലെ തിണ്ടുമ്മലെ തെങ്ങിൽ കെട്ടിയ ചുവന്ന കൊടി അഴിച്ചെടുത്ത് അതിന്റെ മുളന്തണ്ട് ഊരി എടുത്ത് പപ്പന്റെ ദേഹത്ത് തല്ലാൻ തുടങ്ങി. ഒന്നു രണ്ട് തല്ല് പപ്പൻ കാര്യമെന്തെന്നറിയാത്തതിനാൽ കൊള്ളുക തന്നെ ചെയ്തു.

പക്ഷേ, പിന്നെയും പിന്നെയും തല്ല്.

പപ്പൻ മൂപ്പരുടെ കൈയും മുളവടിയും ഒപ്പം പിടിച്ചു. പിടിച്ചുവാങ്ങിയ മുളവടികൊണ്ട് പപ്പൻ മൂപ്പർക്ക് നേരെ അടുത്തു. തിരിച്ചു നന്നായി പെരുമാറി. പൊതിരെ തിരിച്ചുകൊടുത്തപ്പോൾ മുളവടി നുറുങ്ങി കഷണങ്ങളായി ചിതറി വീണു. പപ്പന്റെ അരിശം അടങ്ങാതിരുന്നപ്പോൾ കുട്ട്യാമൻ ഓടി നടുവിൽ വന്നു പപ്പനെ തടഞ്ഞു... പപ്പനെ കൂട്ടി നിരത്തിലേക്ക് നടന്നു.

നായർ മൂപ്പർക്ക് നന്നായി വേദനിച്ചു. മാത്രവുമല്ല വേദനയേക്കാൾ അഭിമാനക്ഷതവുമുണ്ടായി. എല്ലാം നോക്കിക്കാണാൻ ആൾക്കൂട്ടവും!

"നാട്ടിലെ പ്രമാണി! നാട്ടിലെ വല്യോരല്ലേ...? ...എന്ത് മാകാന്നാ...? ഫൂ." പപ്പൻ പോകുമ്പോൾ തിരിഞ്ഞുനിന്ന് കാർക്കിച്ചു തുപ്പി.

ആർക്കും ഉത്തരമുണ്ടായില്ല.

തേങ്ങാ പാട്ടക്കാരൻ, ജന്മി, ഏക്കറ് കണക്ക് പറമ്പ്, പാടം. പണം പലിശയ്ക്ക് കൊടുക്കുന്നയാൾ... നാട്ടിലെ പാവങ്ങളുടെ കഴുത്തറുത്തുണ്ടാക്കിയതാണെല്ലാം. കള്ളം പറഞ്ഞും കൈയൂക്ക് കാണിച്ചും കുന്നുകുന്നായി കൂട്ടിവെക്കുന്നു.

എന്നിട്ടും ചിലർക്കെല്ലാം അയാൾ രക്ഷകന്റെ വേഷമാണ്.

പപ്പനെ മൂപ്പർ തല്ലിയ വാർത്ത തറികളിലും റാട്ടുകളിലും പ്രതിദ്ധ്വനിച്ചു.

തൊഴിലാളികൾ ചിലർ പ്രതിഷേധിച്ചു. കുറേപ്പേർ ന്യായീകരിച്ചു.

കരുണനും കുഞ്ഞിരാമനും മൂപ്പരെ വെല്ലുവിളിച്ചു. കൊടി അഴിച്ചെടുത്ത് അതിന്റെ മുളവടികൊണ്ട് പപ്പനെ തല്ലിയ നായർ മൂപ്പരുടേത് തികഞ്ഞ താന്തോന്നിത്തമാണെന്നും ധിക്കാരമാണെന്നും പറഞ്ഞു.

ഇത്തരം നടപടികൾ തൊഴിലാളികൾ ഒരിക്കലും അനുവദിച്ചുകൊടുക്കാൻ പാടില്ലാത്തതാണ്.

ചാത്തുണ്ണി നായർ മൂപ്പരുമായി ഏതെങ്കിലും ഇടപാടുകൾ നടത്തിയവർക്ക് മിണ്ടാൻ ഭയവുമായിരുന്നു.

മൂപ്പര് നേരെ കിഴക്കോട്ട് നടന്നു. ഒപ്പം കുഞ്ഞിക്കേളുവും പരട്ടക്കിട്ടനും കൂടി.

അന്നു വൈകുന്നേരം വേളായി ഷാപ്പിൽനിന്നും പത്ത് കുപ്പികള്ളും ഒരു പൂവൻകോഴിയും വലിയപുരയ്ക്കലെ അടുക്കളപ്പുറത്തേക്ക് എത്തിച്ചത് ശങ്കരോട്ടിയായിരുന്നു.

രാത്രിയിൽ പൊലീസ് വന്നു. പപ്പനെ പിടിക്കാനായി ഇടിവണ്ടി വന്നു. പൊലീസ് തെരുവിൽ പലയിടത്തും പപ്പനെ അന്വേഷിച്ചു. ഗുംടിപ്പീടികയിൽ ചെന്നു കുട്ട്യാമനോടും ചോദിച്ചു.

കുട്ട്യാമൻ ഉണ്ടായതെല്ലാം ഉള്ളതുപോലെ പറഞ്ഞു. ഒടുവിൽ രാത്രിയിൽ ഏറെ വൈകിയ നേരത്ത് കോരൻ ഗുരുക്കളുടെ വീട്ടിലും പൊലീസെത്തി.

ഗുരുക്കളോട് ചോദിച്ചു: "പപ്പനെവിടെ?"

"സാറന്മാര് വിചാരിക്ക്ണ പോലെയൊന്നുമല്ല പപ്പൻ. ഓനൊരാളുടെയും മേക്കിട്ട് കേറൂല്ല. ഓനൊരു കൊഴപ്പക്കാരനല്ല. ഇതുവരേം ഉണ്ടായിട്ടൂല്ല്യ. പിന്നെന്ത്യേ വേണ്ടൂ...?" ഗുരുക്കൾ പറഞ്ഞു തീർന്നില്ല.

പൊലീസുകാർ ഇടിവണ്ടിയിലേക്ക് ഗുരുക്കളെ വലിച്ചു കയറ്റി കൊണ്ടുപോയി.

ഗുരുക്കളുടെ ഭാര്യയും മക്കളും നിലവിളിയായി. അയലത്തുണ്ടായിരുന്നവർ എന്തെന്ന് അന്വേഷിക്കാൻ മടിച്ചു. ഭയമായിരുന്നു.

"പപ്പനെ കിട്ടുന്നതുവരെ ഗുരുക്കൾ പൊലീസിന്റെ കസ്റ്റഡിയിൽ കിടക്കട്ടെ." വലിയ പൊലീസേമ്മാൻ പറഞ്ഞു.

രണ്ടുനാൾ കഴിഞ്ഞപ്പോൾ മാത്രമാണ് ഗുരുക്കളെ പൊലീസ് വിട്ടത്.

എന്നിട്ടും പപ്പനെ കണ്ടെത്താൻ പൊലീസിന് കഴിഞ്ഞില്ല.

തൊട്ടടുത്ത പ്രഭാതം. പതിവുപോലെ ഗുരുക്കളുടെ ഭാര്യ ദേവകി വെള്ളം വലിക്കാൻ പാത്രവുമെടുത്ത് മുറ്റത്തെ ഒതുക്ക് കല്ലിറങ്ങി കിണറ്റിൻ കരയിലെത്തി. അപ്പോഴാണറിയുന്നത് കപ്പിയില്ല. കയറില്ല. കപ്പി കെട്ടിയ കുറ്റിയില്ല. ദേവകി കിണറ്റിൻകരയിൽനിന്നും അലറിവിളിച്ചു കരഞ്ഞു.

ഗുരുക്കളും മക്കളും കരച്ചിൽ കേട്ടുണർന്ന് കിണറ്റിൻകരയിലേക്കോടി വന്നു.

"ഏത് ദുഷ്ടന്റെ പണിയാണിത്?" ദേവകി നെഞ്ചത്തടിച്ച് പിരാകി.

നേരം നല്ലപോലെ വെളുത്തു.

വിവരമറിഞ്ഞവർ ഗുരുക്കളുടെ വീട്ടിലേക്ക് വന്നുതുടങ്ങി. പിന്നീടാണറിയുന്നത് വടക്കേ കോലായീന്ന് അമ്മിയും അമ്മിക്കുട്ടിയും ചിരവയും ഉലക്കയും ഉരലും എല്ലാം കിണറ്റിലാണ്.

പടിഞ്ഞാറെപ്രത്തെ കോണി കയറിവരുന്നവരെല്ലാം അതിലൂടെ വരാതെ വടക്കെ മൂലക്കലെ വട്ടപ്പിലാക്കൂലെ ഊരുകണ്ടി കയറിയാ വന്നത്.

"അതെന്താ ഇങ്ങക്ക് കോണി കയറി വന്നാല്" അമ്പുക്കുട്ടി ചോദിച്ചപ്പോൾ വാസുവാണ് മറുപടി പറഞ്ഞത്.

"കോണിക്കല്ലുമ്മൽ നിറയെ പച്ചത്തീട്ടം കോരിക്കൊണ്ടായിട്ടിരിക്ക്യാണ്."

കേട്ടവർ കേട്ടവർ മൂക്കത്ത് വിരലുവെച്ചു. അന്നേവരേക്കും ആ കരയിലുള്ളവരാരും കേട്ടറിവില്ലാത്ത ദ്രോഹം.

ചിലരുടെ ചോരയ്ക്ക് തീ പിടിച്ചു.

ചിലർ തണുത്ത് വിറച്ച് മരവിച്ചതുപോലെ നിഷ്ക്രിയരായി.

കോരൻ ഗുരിക്കൾ പറഞ്ഞു.

"സാരമില്ല മക്കളേ... വെള്ളം ആകാശത്ത്ന്നാ ഈ ഭൂമിയിലെത്തുന്നത്. ഇതെല്ലാം ആർക്കും ആരോടും കാണിക്കാൻ പറ്റുന്നതാ... കിണറെടുത്ത് അകത്ത് വെക്കാൻ ആരിക്കാ പറ്റുക..? കോണി എടുത്ത് അകത്ത് വെക്കാൻ ആരിക്കാ പറ്റുക..?"

ദേവകിയും മക്കളും തെക്കേവയലിലെ ചോരക്കുളത്തിൽനിന്നും കുടിവെള്ളമെടുത്തു. കുളിക്കാനും കുടിക്കാനും പാത്രങ്ങൾ കഴുകാനും ചളി മണക്കുന്ന ചോരക്കുളത്തിലെ വെള്ളം.

അയലത്തെ വീടുകളിൽ കേളൻ ചെന്ന് പറഞ്ഞുപോലും മൂപ്പർ പറഞ്ഞിട്ടുണ്ട് ഗുരുക്കളെ വീട്ടിലുള്ളോർക്കാരും കുടിവെള്ളം കൊടുക്കരുതെന്ന്.

പക്ഷേ, മറിയുമ്മ കേളന്റെ മുഖത്ത് നോക്കിപ്പറഞ്ഞു. "ഇഞ്ഞി തൊണ്ടപൊട്ടി മരിക്കും. അതിറ്റിങ്ങളെ ശാപം അത്രാണ്ട് ബല്യതാ..."

പാതിരയോടടുത്ത നേരം. നായർ മൂപ്പരുടെ പൊരക്കകത്ത് നിന്നും കൂട്ടനിലവിളി ഉയർന്നുകേട്ടു. കുണ്ടനിടവഴികളിലൂടെ ചൂട്ടും കത്തിച്ച് ചിലർ ഓടിച്ചെന്നു.

മൂപ്പര് തളർന്നു കിടക്കുന്നു. ഭാര്യ കുഞ്ചിരയും മക്കളും ചുറ്റുംകൂടി വട്ടമിട്ടുനിന്നു. അലമുറയിട്ടു കരയുന്നു.

"എന്തേനം, എന്താണപ്പാ...?"

പുരയുടെ ഓടുനീക്കി മച്ചിന്റെ പുറത്തേക്ക് ഒരുത്തൻ വന്നു. എല്ലാരും ഉറങ്ങിയ നേരത്ത് മച്ചിമ്മൽ നിന്നിറങ്ങി പടിഞ്ഞിറ്റയകത്തെ പത്തായത്തിൽ കിടക്കുന്ന ചാത്തുണ്ണി നായർ മൂപ്പരുടെ കഴുത്തിന് പിച്ചാത്തി

കൊണ്ട് അറുക്കാൻ തുടങ്ങിയപ്പോൾ അയാൾ ഞെട്ടിത്തെറിച്ചുണർന്നു. അലറിവിളിച്ച് ആദ്യം കരഞ്ഞത് മൂപ്പർ. അതുകേട്ട് ഞെട്ടിയുണർന്ന് ഭാര്യയും മക്കളും കൂട്ടനിലവിളിയായി.

ആളുകൾ പല വിധത്തിൽ വ്യാഖ്യാനിച്ചുതുടങ്ങി.

ഓടുനീക്കി മച്ചിലൊളിച്ച് പത്തായത്തിന്റെ മേൽ കിടക്കുന്ന മൂപ്പരെ കൊന്നിട്ട് പൊന്നും പണവും കക്കാനുള്ള സൂത്രമാണത്.

ചാത്തുണ്ണി നായർ മൂപ്പർ തന്നെയാണ് ഈ സൂചന വെച്ചുകൊണ്ട് പറയാൻ തുടങ്ങിയത്.

"മൂപ്പര് ആളെ കണ്ടുവോ?"

"ആളെ കാണുകയൊന്നും വേണ്ട. അത് ഓനാ... ഓൻ തന്നെ പപ്പൻ. കൊല്ലാൻ വന്നതല്ല. കൊന്നിട്ട് കക്കാൻ വന്നതാ.. കള്ളൻ."

കേട്ടവരാരും വിശ്വസിച്ചില്ല. പപ്പൻ പൊലീസിനെപ്പേടിച്ച് നാടുവിട്ടിട്ട് ആഴ്ചകൾ കഴിഞ്ഞു.

"പപ്പൻ കള്ളനല്ല. കക്കാൻ പോകുന്നോനുമല്ല. ഇത് ചാത്തുണ്ണി നായർ മൂപ്പരുടെ പൊയ്‌വെടിയാ.."

"കക്കാൻ വന്നോനെ കണ്ടെങ്കിലെന്താ പൊലീസിൽ പറയാത്തത്?"

"ഇതുവരെ പൊലീസ് വന്നോ? ആരോടെങ്കിലും ചോദിച്ചോ?"

"നേരുതന്ന്യാ... പൊലീസ് വന്നില്ല. ആരോടും ചോദിച്ചതുമില്ല."

"എന്റെ പൊരേന്ന് ഒറീർക്കില് ഓന് കൊണ്ടോകാൻ പറ്റീട്ടില്ല. അതോണ്ടാ ഞാന് പൊലീസിനെ അറീക്കാത്തത്. എന്നാല് നിങ്ങള് കരുതിക്കോളീൻ ഈ കള്ളൻ നാളെ നിങ്ങള്ടെ പൊരേലും വരും. ഇങ്ങളെയെല്ലാം കെട്ട്യോള കഴുത്തില് ഇത്തിരിപ്പോരുന്ന പൊന്നെങ്കിലും കാണൂലോ... ആ കള്ളൻ വരും. നോക്കിക്കോ..."

കേട്ടവർക്ക് ഉള്ളൊന്നു കാളി. ഉള്ളിൽ ആശങ്കയുണർന്നു. നല്ല ഉറപ്പും ബലവുമുള്ള മൂപ്പരുടെ പുരയിൽ കള്ളൻ കക്കാൻ വന്നെങ്കിൽ ഇമ്മളുടെ പൊരേല് കള്ളന് വന്ന് കക്കാൻ ഒരു വെഷമവുമില്ല. നല്ല വാതിലില്ല. കട്ടച്ചുമര് മോന്തായം ഓല മേഞ്ഞത്.

"എന്തുറപ്പാ നുമ്മളുടെ പൊരക്കുള്ളത്?"

ആധിമൂത്ത് ചിലർക്കെല്ലാം വേവലാതിയായി. ആ കരയിലുള്ളവർ പലരും രാത്രിയിൽ ഉറങ്ങാതായി.

പപ്പനെപ്പറ്റി ഇല്ലാക്കഥകൾ പ്രചരിച്ച് കേട്ടപ്പോൾ കോരൻ ഗുരുക്കൾക്കും സംശയമായി.

പപ്പൻ ഇന്നാട്ടിൽ എവിടെയെങ്കിലും ഒളിച്ചു കഴിയുന്നുണ്ടോ... ആവോ?

ഒരു ദിവസം പോസ്റ്റ്മാൻ കുഞ്ഞനന്തൻ ഒരു കത്തുമായി ഗുരുക്കളെ വീട്ടിൽ വന്നു. അത് ബോംബേന്ന് വന്നതായിരുന്നു.

അടുത്ത വീട്ടിലെ മറിയുമ്മയുടെ മകൻ ഇബ്രാഹിമിന്റെ കത്ത്.

ഗുരുക്കളെ ഇങ്ങളെ മരുമോൻ പപ്പൻ ഞങ്ങളുടെ കൂടെയുണ്ട്. ഓനെപ്പറ്റി നാട്ടിൽ പറഞ്ഞു പരത്ത്ണ വർത്താനെല്ലാം പച്ച നുണയാ... ഓനാ

രേയും കൊല്ലാനും കക്കാനും പോയിട്ടില്ല്യ. നായർമൂപ്പര് ഉണ്ടാക്കിപ്പറയുന്നതാ... ഞമ്മടെ ഉമ്മ മുയ്‌വൻ വിവരങ്ങളും ഏതി അറിക്ക്ണുണ്ട്. പപ്പനിക്ക് ഇവ്ടെ സൊകം ബന്ന്യാ... ഇങ്ങളുക്ക് ബേജാറു ബേണ്ടാ...

ഗുരുക്കളുടെ മനസ്സ് തണുത്തു. ദേവകിയുടെ മനസ്സിലും മക്കളുടെ മനസ്സിലും തണുപ്പുകാറ്റ് വീശി.

മൂപ്പർ ആ കത്ത് കളവാണെന്ന് പറഞ്ഞു. ഇബ്രാഹിമിനെക്കൊണ്ട് എഴുതിച്ചതാണെന്നും പലരോടും പറഞ്ഞുപരത്തി.

വൈകുന്നേരം കള്ളുഷാപ്പിൽ വെച്ച് കുഞ്ഞിക്കേളനും പരട്ടക്കിട്ടനും അതേറ്റുപാടി.

“കത്തെഴുതീച്ചത് തന്ന്യാ.”

കോരൻ ഗുരുക്കൾ പൂരക്കളി പഠിപ്പിക്കാൻ പോയില്ല. പുറന്നാട്ടുകാരൻ ചെന്ന് വിളിച്ചിട്ടും പോയില്ല.

അക്കൊല്ലം ആദ്യമായി വടക്കേവയലിൽ പൂരക്കളിച്ചുവടുകളും പാട്ടുകളും ഉണ്ടായില്ല. കുംഭനിലാവിൽ വെള്ളരിപ്പന്തലുകൾ കാവൽമാടങ്ങളായി മുട്ടനാടിനെപ്പോലെ നിന്നു.

കാലം കലങ്ങിമറിഞ്ഞു. കലിതുള്ളിത്തിമിർത്ത് പെയ്ത കർക്കിടകക്കലിയടങ്ങി.

കാറ്റൊഴിഞ്ഞു. കാറൊഴിഞ്ഞു. കണ്ടത്തിൽ വിത്തിടാനും കാള പൂട്ടാനും കണ്ടമൊരുക്കി വിത്തിടാനും നേരമായി.

നായർ മൂപ്പരുടെ കണ്ടത്തിൽ പണിയെടുക്കുന്നവർക്ക് ഉച്ചക്കഞ്ഞിയും കറിയും തലയിലേറ്റി കുഞ്ചിരാമ്മ തെക്കേവയലിലേക്ക് പുറപ്പെട്ടു.

വഴിവരമ്പിൽ കോരൻഗുരുക്കളുടെ ഭാര്യ ദേവകി ചോരക്കുളത്തിൽ നിന്നു വെള്ളവുമെടുത്ത് തലയിലേറ്റി കടന്നു പോകുന്നു. ഭഗവതിക്കോമരം വാളെഴുന്നള്ളിച്ച് ഉറഞ്ഞുതുള്ളി അരിയും പൂവും എറിയുന്ന നെടുവരമ്പിലൂടെ വലിയ മാവിൻ ചുവട്ടിലൂടെ കുഞ്ചിരാമ്മ ചോരക്കുളത്തിന്റെ വക്കിലെത്തിയപ്പോൾ കുളത്തിലൊരു തിരയിളക്കം.

ഭഗവതിക്കോമരം ഊരുതാണ്ടി കുളത്തിൽ ഇറങ്ങി ശുദ്ധം വരുത്തി ചവുട്ടി പടികയറി വരുന്ന കാൽച്ചിലമ്പിന്റെ സ്വരം...

കുഞ്ചിരാമ്മ ഉച്ചിയിൽ ഉദിച്ച് നില്ക്കുന്ന സൂര്യന്റെ കീഴിൽ കുളക്കരയിൽ കുഴഞ്ഞുവീണു.

കഞ്ഞിയും കറിയും കോട്ടിയ പിലാവിലയും കണ്ടത്തിലും വരമ്പിലുമായി ചിതറിക്കിടക്കുന്നു. കുഞ്ചിരാമ്മയുടെ വായിൽനിന്ന് നുരയും പതയും വരുന്നു. അവരുടെ കണ്ണിലെ കൃഷ്ണമണികൾ മേലോട്ട് ഉയർന്നു മറഞ്ഞുകിടന്നു.

നായർ മൂപ്പരുടെ കണ്ടത്തിൽ പണിയെടുക്കുന്ന പണിക്കാർ ഓടി വന്നു. അപ്പോൾ തന്നെ വലിയ വൈദ്യന്മാരുടെ അടുത്തേക്ക് കൊണ്ടുപോയി. പിന്നീട് വലിയ ഡോക്ടർമാരെ കാണിച്ച് വലിയ ആശുപത്രികളിലും ചികിത്സിച്ചു.

"പാവം കുഞ്ഞിരാമ്മയ്ക്ക് എന്താ പറ്റിയത്!" പലരും സഹതപിച്ചു.

ആഴ്ചകൾ ആശുപത്രിയിൽ കിടന്ന കുഞ്ഞിരാമ്മയെ വീട്ടിലേക്ക് കൊണ്ടുവന്നു.

വടക്കിനിയിലെ ഇരുട്ട് മുറിയിൽ ആരോരുമില്ലാത്തവരെപ്പോലെ കുഞ്ഞിരാമ്മ കിടന്നു.

കഷായത്തിന്റെയും എണ്ണയുടെയും അരിഷ്ടത്തിന്റെയും ഗന്ധം മുറിയിൽ നിറഞ്ഞു നിന്നു.

സ്വത്തും പണവും പ്രതാപവും വലിയ പുരയിൽ പാർക്കും ചാത്തുണ്ണി നായർ മൂപ്പർ വേണ്ടുവോളവുമുണ്ടാക്കിയിട്ടുണ്ട്.

പൈതൃകമായി നേരത്തെ കുട്ടിയ മൂപ്പർ സ്ഥാനവും. സമ്പാദ്യങ്ങളെല്ലാം വെച്ച് പൂട്ടിയ പത്തായത്തിന്മേൽ കിടന്നിട്ട് ഉറങ്ങാൻ കഴിയാത്ത ദിവസങ്ങൾ ഒന്നല്ല ഒട്ടേറെയായിരിക്കുന്നു നായർമൂപ്പർക്ക്.

"ഇങ്ങനെയൊരു ദീനമുണ്ടോ? ഭൂമിയിലൊരിടത്തും ചികിത്സയില്ലാത്ത ഒരു ദീനം?"

ചിലർ സഹതാപത്തോടെ ചോദിച്ചു. കുഞ്ഞിരാമ്മയെ വേദനയോടെ നോക്കി. അവരുടെ കിടപ്പും പ്രകൃതവും അത്തരത്തിലായിരുന്നു.

കാർമേഘപടലങ്ങൾക്ക് പതിവിലും കറുപ്പ് കൂടിയ ഒരു രാത്രി. മുനിഞ്ഞുകത്തുന്ന നക്ഷത്രങ്ങൾ പോലും ഇരുളിന്റെ ആഴങ്ങളിൽ ഒളിഞ്ഞിരിപ്പാണ്.

വിഹ്വലതകൾ പുതയുന്ന പാതിരയുടെ നിറവിൽ വടക്കേ കാട്ടിന്റെ ഉച്ചിയിൽനിന്നും ഓരിക്കുറുക്കന്മാർ അലറിക്കൂവിത്തിമിർത്തുകൊണ്ടിരുന്നു; ദുശ്ശകുനങ്ങളുടെ വിളംബരം പോലെ...

വടക്കിനിയുടെ വാതിലുകൾ ഞരക്കത്തോടെ തുറന്ന് കുഞ്ഞിരാമ്മ പുറത്തിറങ്ങി. ഉമ്മറക്കോലായിലേക്കുള്ള തണ്ടവാതിലിന്റെ താഴു തുറക്കുമ്പോൾ വീട്ടിലെ മറ്റുള്ളവര് ഉണർന്നു.

"എന്താമ്മേ...?" മകളു ചോദിച്ചു.

ഉത്തരമുണ്ടായില്ല.

"അമ്മ എവിടെപ്പോകുന്നു...?" മൂത്തമോൻ ചോദിച്ചു.

കുഞ്ഞിരാമ്മ മിണ്ടിയില്ല.

"എന്താ കുഞ്ഞീരെ... ഈ രാത്രിയിൽ...?"

ഭർത്താവ് ചാത്തുണ്ണിനായർ മൂപ്പർ ചോദിച്ചു.

"ഫൂ... ദുഷ്ടാ... ഇഞ്ഞി തൊണ്ടപൊട്ടി മരിക്കണം."

അത് പറഞ്ഞുതീരും മുമ്പ് അവർ ഇരുളിൻ കയത്തിലേക്കിറങ്ങിയോടി. പിന്നാലെ ചാത്തുണ്ണിനായർ മൂപ്പരും മക്കളും.

മുറ്റം കടന്ന് നടവഴിയും കടന്ന് ഇടവഴിയിലൂടെ അവർ ഓടുകയാണ്.

കൂരിരുട്ട് കൂടുകൂട്ടിയ കുണ്ടനിടവഴിയിൽ രാപ്പാടികൾ ചേക്കേറിയ ആലിൻ ചുവട്ടിലെ നിശ്ശബ്ദതയിലൂടെ അവർ തെക്കോട്ടോടി നെടുവരമ്പിലൂടെ...

ഭഗവതിക്കോമരം വാളെഴുന്നള്ളിച്ച് അരിയും പൂവുമെറിയുന്ന വലിയ മാവിൻ ചുവട്ടിലൂടെ...

കുഞ്ഞിരാമ്മയുടെ കണ്ണുകളിൽ കനലെരിയുന്നുവോ?

അഴിച്ചിട്ട മുടിയും അടക്കി നിർത്താനാവാത്ത പെരിയ പ്രതികാരത്തിന്റെ തീക്ഷ്ണവും...

ആരുടെയും വിലക്കുകൾക്ക് ചെവികൊടുക്കാതെ അവർ ചോരക്കുളത്തിന്റെ ആഴങ്ങളിൽ ഒരായിരം കുഞ്ഞുകുമിളകളായി വിരിഞ്ഞു.

"ഓനിക്കിത് കിട്ടും... ഓനും ഓന്റെ കൂട്ടരും പടച്ചോന് നിരക്ക്ണ കളിയാ കളിച്ചുകൂട്ടണത്..? ഇങ്ങള് പറയീൻ."

മറിയുമ്മ പിരാകി കാർക്കിച്ചുതുപ്പി.

തറികളുടെയും റാട്ടുകളുടെയും ഒച്ച പെരുതായി.. ചാത്തുണ്ണി മൂപ്പനാർ പത്തായപ്പുരയ്ക്കുള്ളിൽ മാത്രമായി..

പപ്പൻ തിരിച്ചുവന്നില്ല.

എന്നും തൊഴിലാളികൾ അരയാൽത്തറയിൽ ഒത്തുകൂടി. അവരുടെ മനസ്സുകൾ ഒരുമിച്ചു. ഒത്തുചേരലിന്റെ കരുത്തിൽ മോചനത്തിന്റെ അതിരുകളില്ലാത്ത ആകാശത്ത് ഒരായിരം നക്ഷത്രങ്ങൾ തിളങ്ങിനിന്നു.

തിരോധാനം

അന്നൊരു ഞായറാഴ്ചയായിരുന്നു.

പടിഞ്ഞാറെയിലെ ഭാസ്കരനും ഞാനും കുട്ടിയും കോലും കളിക്കാൻ യൂസഫിന്റെ വീടിന്റെ മുമ്പിലെ വീതിയുള്ള ഇടവഴിയുടെ കൽക്കമാനത്തിന്റെ ചുവട്ടിൽ ഈന്തുമരത്തണലിൽ മറ്റുള്ള കൂട്ടുകാരേയും കാത്തിരിക്കുകയായിരുന്നു.

അപ്പോഴാണ് അമ്മയുടെ വിളി കേൾക്കുന്നത്. വിളി കേട്ടപാടെ ഞാൻ വീട്ടിലേക്ക് ഓടി.

കിതച്ചു കിതച്ചു ഊരുകണ്ടി കയറി മുറ്റത്തെത്തിയപ്പോൾ ഞാൻ ചോദിച്ചു. "എന്താമ്മേ?"

"നിയ്യ് പോയി മുടി മുറിച്ചിട്ട് വന്നാട്ടെ. നിന്റെ തല തൊപ്പിവെച്ചതു പോലെയുണ്ട്. ജലദോഷം പിടിക്കും. നേരത്തിനും കാലത്തിനും മുടി മുറിച്ചില്ലെങ്കിൽ, ങ്ഹും നിന്റെ അച്ഛന്റെ കൂടെ ചെല്ല്."

"വൈകിട്ട് പോകാമമ്മേ..." ഞാൻ പറഞ്ഞു.

"വൈകിട്ട് പോയാൽ ഗോവിയുണ്ടാവില്ല. വേഗം ചെല്ല്."

അച്ഛന്റെ കൂടെ ഞാനും മനസ്സില്ലാമനസ്സോടെ പുറപ്പെട്ടു. കുട്ടിയും കോലും കളി പാതിവഴിയിലായി എന്നോർക്കുമ്പോൾ സങ്കടമായി.

അച്ഛന്റെ കൂടെ പുറത്തേക്ക് പോയാൽ ചായ വാങ്ങിത്തരും. ഉണ്ണിയപ്പമോ, കാരയപ്പമോ, പരിപ്പുവടയോ എന്തെങ്കിലും കടിയും പതിവാണ്.

ചാത്തുക്കുട്ടിയച്ഛന്റെ പീടികയിലാണ് കയറിയതെങ്കിൽ പറയേണ്ട. ഒരു കുടുംബ വീട്ടിൽ ചെന്നത് പോലെയാ... കടയിൽ തിന്നാനുള്ളതായി

എന്തെല്ലാമുണ്ടോ അതെല്ലാം തിന്നിച്ചേ വിടുകയുള്ളൂ. കൊച്ചുന്നാളിൽ, ചാത്തുക്കുട്ടിയച്ഛന്റെ ഭാര്യ ജാനേട്ടത്തി എനിക്കമ്മയെപ്പോലെയാ... എന്നെയും കൂട്ടി ഒരിക്കൽ സിനിമ കാണിച്ചുതരാൻ കൊണ്ടുപോയിട്ടുണ്ട്. പത്മാടാക്കീസിൽ. തിരക്കേറിയ പാനൂരങ്ങാടി ആദ്യമായി കണ്ടതും അന്നായിരുന്നു. എന്നോട് എന്ത് സ്നേഹമായിരുന്നെന്നോ!

ഞാനുടനെ കാലും മുഖവും കഴുകി ഷർട്ടു മാറ്റി അച്ഛനോടൊപ്പം പുറപ്പെട്ടു. അമ്മ അച്ഛന്റെ കൈയിലൊരു സഞ്ചിയേല്പിക്കുന്നതു കണ്ടു. എന്തെല്ലാമോ സാധനങ്ങളും വാങ്ങാനുണ്ടായിരുന്നു.

നാണു മേസ്തിരിയുടെ തുന്നൽ പീടികയുടെ കിഴക്ക് ഭാഗത്ത് കുഞ്ഞിമൂസ്സയുടെ റേഷൻ പീടികയുടെ തൊട്ടപ്പുറത്തായിട്ടാണ് ഗോവിയേട്ടന്റെ മുടിമുറിപ്പീടിക. ആ പീടികമുറിയിൽ ഒരു ചെറിയ ബഞ്ച്. ബഞ്ചിന്റെ തലയ്ക്കൽ ഒരു കാക്കിനിറത്തിലുള്ള സഞ്ചിയിലാണ് താടിവടി, മുടിമുറി എന്നിവയ്ക്കാവശ്യമായ എല്ലാ സാധനസാമഗ്രികളും. ഒരു കൊച്ചു കണ്ണാടിയും.

മുടി മുറിക്കുമ്പോൾ മുടി ദേഹത്ത് വീഴാതിരിക്കാൻ ശരീരം പുതപ്പിക്കുന്നത് ഗോവിയേട്ടന്റെ തോർത്തുമുണ്ടാണ്. അത് ഗോവിയേട്ടന്റെ ആവശ്യത്തിനും മുടി മുറി, താടിവടി തുടങ്ങിയ ആവശ്യത്തിനും ഉപയോഗിച്ചു വരുന്നു. ഏതാവശ്യം കഴിഞ്ഞാലും ഒന്ന് വിസ്തരിച്ച് കുടഞ്ഞ് നിവർത്തിച്ചുരുട്ടി ചുമലിലിടുകയാണ് പതിവ്.

ആ പ്രദേശത്തെ ആബാലവൃദ്ധം ജനങ്ങളുടെയും മുടി മുറി, താടിവടി എന്നിവയുടെ മൊത്തം അവകാശി ഗോവിയേട്ടൻ മാത്രമാണ്.

ആ പീടിക എല്ലാ ദിവസവും പൂട്ടുകയും തുറക്കുകയും വേണ്ടതില്ല. എപ്പോഴും തുറന്നപടിയാണ്. കാരണം അതിന്റെ ഉടമസ്ഥൻ കുഞ്ഞവറുക്ക ഇതുവരെയും നിരപ്പലക കൂട്ടിക്കൊടുത്തിട്ടില്ല.

ഞാനും അച്ഛനും നടന്ന് വാതാരീന്റെവിടെ ചാത്തുഏട്ടന്റെ വീട്ടിനടുത്തെത്തി. ഗോവിയുടെ മുടിമുറിപ്പീടികയിൽ ചിലപ്പോൾ തിരക്കുണ്ടാകാറുണ്ട്. “വേഗം വാ..” അച്ഛൻ വിളിച്ചു. കൊച്ചുകുട്ടികൾക്കും മുതിർന്നവർക്ക് എന്ത് സൂക്കേട് വന്നാലും ആദ്യം എത്തുക റേഷൻപീടികയുടെ മുകളിലെ മുറിയിൽ ചികിത്സ നടത്തുന്ന കൃഷ്ണൻ കമ്പൗണ്ടറുടെ അടുത്താണ്. പഴയ അപ്പോത്തിക്കരിയാണ്.

മൂക്കൊലിപ്പും കാച്ചപ്പനിയും കണ്ടാൽ മരുന്നു കൊടുക്കും. എന്നിട്ടു പറയും. “തലമുടി പറ്റയങ്ങ് മുറിച്ചുകളഞ്ഞേക്ക്, തലയിൽ വിയർപ്പു കുടിച്ചിട്ടാ...”

നാട്ടിലെ വലിയവനായാലും ആരായാലും മുടി മുറിക്കാനും താടിവടിക്കാനും വരുന്നവർ ഗോവിയുടെടുത്ത് ക്യൂ പാലിക്കണം. തിക്കിത്തിര

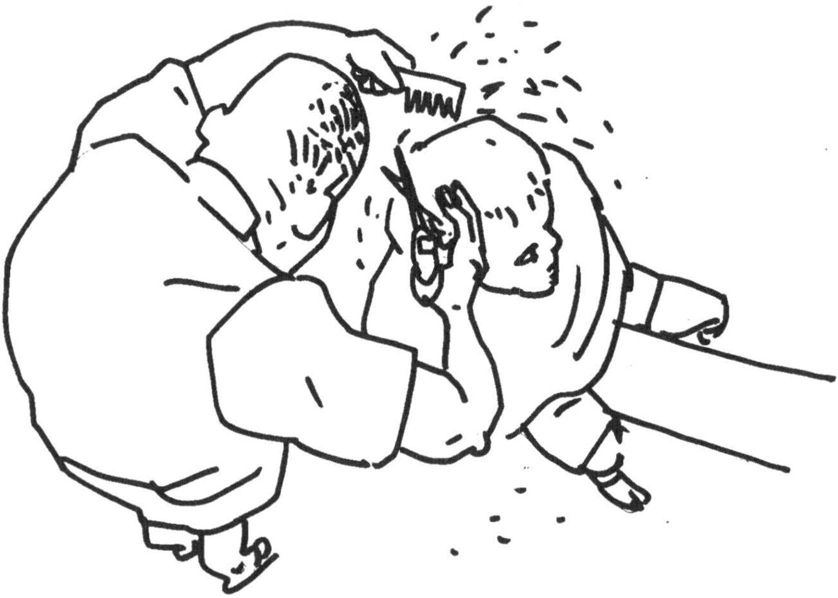

ക്കുന്നതും വലിഞ്ഞുകയറുന്നതും ഗോവിക്കിഷ്ടമുള്ള കാര്യമല്ല. ക്യൂ പാലിക്കാത്തവർക്ക് ഒരു മുൻഗണനയും അനുവദിച്ചിരുന്നില്ല.

ഗോവിയുടെ മുടിമുറിപ്പീടികയിൽനിന്ന് ക്യൂപാലിച്ച് മുടി മുറിച്ചു വരുമ്പോഴേക്കും കളി കഴിഞ്ഞ് കൂട്ടുകാർ പിരിഞ്ഞുപോകുമല്ലോ എന്നോർത്തപ്പോൾ എന്റെ സങ്കടം മൂത്തു.

ബഞ്ചിൽ കാലുകൾ അപ്പുറവുമിപ്പുറവുമിട്ട് കവച്ചിരുന്നിട്ടാണ് മുടിമുറി. ആദ്യം ഗോവി ചുമലിലെ തോർത്ത് ഒന്ന് വിസ്തരിച്ച് കുടഞ്ഞ് മുടി മുറിക്കാനിരിക്കുന്നയാളിന്റെ കഴുത്തിന് ചുറ്റും മേലാകെ പുതപ്പിക്കും. കത്രിക തലയിൽ പ്രവേശിക്കുന്നതിനുമുമ്പ് ഒരു കൊച്ചുകണ്ണാടി കൈയിൽ പിടിക്കാൻ തരും. ആ കണ്ണാടിയിൽ മുടി മുറിക്കുന്നതിനിടയിൽ നോക്കണമെന്ന് വിചാരിച്ചാൽ അത് അസാദ്ധ്യമായിരിക്കും. തല അത്രയ്ക്ക് കുനിച്ച് കീഴ്പ്പോട്ട് പിടിച്ച് വെച്ചിട്ടുണ്ടായിരിക്കും.

എന്നാൽ ചിലപ്പോൾ ആ കണ്ണാടിയിൽ മുടി മുറിക്കുന്നതിന്റെ ചന്തവും, മുഖവും നോക്കാൻ ഒരവസരം കിട്ടിയാലോ... കണ്ടത് തന്റെ മുഖം തന്നെയോ എന്ന് കാര്യമായും സംശയിച്ചു പോകും. കണ്ണാടിയിൽ

കാണുന്ന മുഖത്ത് ഒരുപാട് വടുക്കളും വ്രണങ്ങളും പടർന്നതിന്റെ ദൃശ്യങ്ങളാണുണ്ടാവുക.

കണ്ണാടിയുടെ പ്രതിഫലനശേഷി അത്രയ്ക്ക് പരിതാപകരമാണ്. കണ്ണാടി ഒരു പഴയ ഉപകരണമാണെങ്കിലും അതൊരു പൂർവ്വികസ്വത്തായി കൈമാറിക്കിട്ടിയതാണ്, ഗോവിയിപ്പോഴും കൊണ്ടുനടക്കുന്നത്.

അച്ഛനും ഞാനും നാണുമേസ്തിരിയുടെ പീടികയ്ക്ക് സമീപത്തെത്തിയപ്പോൾ ഏതാനും ആളുകൾ കൂട്ടംചേർന്നു നില്ക്കുന്നു.

പതിവില്ലാത്ത ഒരു കാഴ്ച!

ചില ഉത്സവ നാളുകളിൽ അച്ചുതൻകുട്ടിയുടെ പട്ടപ്പീടികയിൽ നല്ല തിരക്കായിരിക്കും. പട്ട കുടിക്കാൻ വരുന്നവർ അവിടെ കൂട്ടംകൂടി നില്ക്കാറുണ്ട്. പക്ഷേ, പട്ടപ്പീടിക പിന്നേയും പടിഞ്ഞാറ് മാറി വളവ് തിരിഞ്ഞുള്ള ഒറ്റമുറിപ്പീടികയിലാണ്.

പട്ടച്ചാരായം എന്നെഴുതിയ ബോർഡിന്റെ മേലെ ഒരു ചുകന്ന ബൾബ് രാത്രിയിൽ പ്രകാശിച്ചിരുന്നത് ഒരുനാൾ ഞാൻ കണ്ടിട്ടുണ്ട്.

പിന്നെ, എന്തിനാണ് ആളുകൾ അവിടെ കൂടിയിരിക്കുന്നത്?

വെയിൽ മൂത്തുവരുന്നു. നിരത്ത് വക്കിലെ തണൽ മരത്തിന്റെ കരിനിഴൽ ചുരുങ്ങിച്ചെറുതായി.

രാമേട്ടൻ എതിരേവരുന്നു.

“മൂപ്പനാരുടെ വിളയാട്ടം.” രാമേട്ടൻ പറഞ്ഞു.

രാമേട്ടൻ കത്തിച്ച ബീഡി വലിച്ച് പുകയൂതിക്കൊണ്ട് വാതാരിയിറങ്ങി വടക്കോട്ട് ഗണപതിക്ഷേത്രത്തിന്റെ ദിശയിലേക്ക് നടക്കുകയാണ്.

“വിളയാട്ടമോ...?”

“അതേന്നേ... നേരം പുലരുന്നനേരത്ത് തന്നെ വെറുംവയറ്റിൽ പട്ടയടിച്ചുകയറ്റിയാൽ ഓൻ പിന്നെ എന്താ വേണ്ടൂ.” രാമേട്ടൻ ഇത്രയും പറഞ്ഞുകൊണ്ടാണ് നടന്നു പൊയ്ക്കളഞ്ഞത്.

“ആരാണച്ഛാ മൂപ്പനാർ?”

“കണ്ണൻ മൂപ്പനാരാ...?”

“അയ്യോ അല്ല.. കണ്ണൻ മൂപ്പനാരല്ല. ഇത് മൂപ്പന്റെ പറമ്പിൽ പറക്കുന്ന കറുപ്പയ്യൻ. അവനെ ചുറ്റുപാടുമുള്ളവർ വിളിക്കുന്നതാണ് ‘മൂപ്പനാർ’ എന്ന്.”

രണ്ടാമതൊരു മൂപ്പനാരുണ്ടെന്ന് അറിയുന്നത് അന്നാദ്യമായിട്ടാണ്.

“ആ കൂട്ടത്തിൽ ഏതാണച്ഛാ മൂപ്പനാർ...?”

“അതാ.. അതുതന്നെ ഷർട്ടും മുണ്ടും ധരിക്കാതെ ട്രൗസർ മാത്രം...”

ആ രൂപം കണ്ടപ്പോൾ എനിക്ക് ചിരി വന്നു.

അച്ഛനെ കണ്ടപ്പോൾ നാണു മേസ്തിരിയുടെ പീടികയ്ക്കുള്ളിൽ നിന്ന് ഗോവി പുറത്തേക്കിറങ്ങിവന്നു.

"മോന്റെ മുടി മുറിക്കണം ഗോവി." അച്ഛൻ പറഞ്ഞു.

"ഗോവി എന്താ വിഷമിക്കുന്നത് പോലെ."

"അതിന്... അതിന്... എന്റെ ബഞ്ചും സാധനങ്ങളുമെല്ലാം അവൻ എടുത്തെറിഞ്ഞുകളഞ്ഞു."

"എന്തിന്?"

"കറുപ്പയ്യൻ താടിവടിച്ചാലും മുടി മുറിച്ചാലും കാശ് തരൂല്ല. കാശിന് ചോദിച്ചാൽ തെറി വിളിയാ... വൃത്തികേട് വിളിച്ച് പറയലാ... കാശിന് ചോദിച്ചപ്പോൾ ഒരുനാൾ തല്ലാൻ വന്നു. ഇന്ന് രാവിലെ ഓസിന് താടിവടിക്കാൻ വന്നതാ. ഞാൻ പറഞ്ഞു, ഇതുവരെ എനിക്ക് തരാനുള്ള കാശ് തരാതെ എന്റടുത്ത് വരേണ്ട. അതിന് ശേഷം തുടങ്ങിയ പരിപാടികളാണിത്."

"ബഞ്ചും സാധനങ്ങളും ആ കണ്ടത്തിനപ്പുറത്തെ പുളിയൻ മാവിന്റെ ചുവട്ടിലുണ്ട്."

അപ്പോഴേക്കും കറുപ്പയ്യൻ ഞങ്ങളുടെ അടുത്തെത്തി. മദ്യത്തിന്റെ ലഹരിയിൽ ആടിക്കുഴഞ്ഞാണ് വരവ്.

എനിക്ക് പേടിയാവുന്നുണ്ടായിരുന്നു.

അയാൾ അടുത്തുവന്നപ്പോൾ ഒരു കെട്ടനാറ്റം.

കാഴ്ചയിൽ ഒരു വൃത്തികെട്ട സ്വരൂപം തന്നെയാണ്.

"ങ്ഹാ... നിങ്ങൾ ഇതിൽ ഇടപെടേണ്ട. ഇത് ഞങ്ങളു തമ്മിലുള്ളതാ... ഞങ്ങള് തീർത്തോളും."

കറുപ്പയ്യൻ അച്ഛനോട് പറഞ്ഞു.

"ഇവന്റെ മുടി മുറിക്കാനാ ഇവനേംകൂട്ടി ഞാൻ ഗോവീന്റെ അടുത്തുവന്നത്. അപ്പോഴാണ് അറിയുന്നത് അവന്റെ ബഞ്ചും സാമഗ്രികളുമെല്ലാം എടുത്തെറിഞ്ഞുകളഞ്ഞു എന്നത്."

"സരി... ആമാ... അപ്പുറം... അത് ആ ഗോവി എന്നോട്..." നാവുകുഴഞ്ഞിട്ട് പറയുന്നത് വ്യക്തമാക്കാനാവാതെ കറുപ്പയ്യൻ.

"നീ ഗോവിയുടെ പണിസാധനങ്ങളും ബഞ്ചും എടുത്തെറിഞ്ഞോ? ആദ്യം അതിനുത്തരം പറ."

"എറിഞ്ഞു.. എന്തിനാ എറിഞ്ഞത് എന്ന് ഞാൻ..."

"താൻ എറിഞ്ഞല്ലോ...? അത് കേട്ടാൽ മതി. എന്നാൽ ഇപ്പോൾത്തന്നെ അത് എടുത്ത് ഗോവിന്റെ കൈയിൽ ഏല്പിക്കൂ."

"ഇപ്പളത് പറ്റില്ല്യ.."

"ശരി. കറുപ്പയ്യന് പറ്റില്ലെങ്കിൽ പറ്റുന്നവരുണ്ടോന്ന് നോക്കട്ടെ. എന്നി

ട്ടതിനപ്പുറം ആലോചിക്കാം."

"ഗോവി വാ..."

അച്ഛൻ ഗോവിയെയും കൂട്ടി ഒരു ചുവട് മുന്നോട്ടു നീങ്ങി.

കറുപ്പയ്യൻ അച്ഛനെ തടഞ്ഞു. "വേണ്ട. ഞാൻ തന്നെ ചെയ്തോളാം. നിങ്ക.... ഇവിടെ നില്ല്."

കണ്ടത്തിൽ കിടന്ന ബഞ്ചും ഉപകരണങ്ങളുമടങ്ങിയ സഞ്ചിയും എല്ലാം കറുപ്പയ്യൻ എടുത്തുകൊണ്ടുവന്ന് ഗോവിയെ ഏല്പിച്ചു.

ആളുകൾ ആ കാഴ്ച നോക്കിനിന്നു കണ്ടു.

"കറുപ്പയ്യാ... നീ ഈ നാട്ടിലാണ് ജീവിക്കുന്നത്. ഈ നാട്ടിലുള്ള ഒരു കുടുംബത്തിലെ ഒരംഗം. അതോർമ്മ വേണം. ഒരാളുടെ ഉപജീവന മാർഗ്ഗമാണ് നീ നശിപ്പിക്കാൻ ശ്രമിച്ചത്. അതിന്റെ ശിക്ഷയെന്തെന്ന് തനി ക്കറിയോ?"

"നാമോരോരുത്തരും പാടുപെടുന്നതും ജീവിക്കുന്നതും കുടുംബ ത്തിന് വേണ്ടിയാ... കുടുംബത്തെക്കുറിച്ചും സ്വന്തം ഭാര്യയേയും മക്കളെ പ്പറ്റിയും ചിന്ത വേണം. പിന്നെ ഒരു കാര്യം കൂടി. ഇങ്ങനെയാ നീ എന്നും തുടരുന്നതെങ്കിൽ നിനക്ക് സ്ഥിരവാസം എവിടെയായിരിക്കുമെന്ന് ഞാൻ പറയാതെ തന്നെ നിനക്കറിയാമല്ലോ? അതിന് വഴി വെക്കണോ...?"

കറുപ്പയ്യൻ നാണു മേസ്തിരിയുടെ ഒതുക്കുകല്ലിൽ പോയിരുന്നു.

ആളുകൾ പലവഴിക്കായി പിരിഞ്ഞുപോയി.

ഗോവി ബഞ്ചിലിരുത്തി എന്റെ മുടി മുറിക്കാൻ തുടങ്ങി. എന്റെ കഴു ത്തിന് പിറകിലും ചെവിക്കുറ്റിയിലും നീറ്റൽ തുടങ്ങി. അപ്പോൾ കൂറപ്പിട്ട യുടെ മണമുള്ള ഒരുതരം പൗഡർ അവിടങ്ങളിലെല്ലാം പൂശിത്തന്നു. ചെവി ക്കുറ്റിയിലെ നീറ്റലിന് അത് ശമനമായി.

ചാത്തുക്കുട്ടിയച്ഛന്റെ കടയിലും കറുപ്പയ്യൻ തന്നെ ചർച്ച. "നമ്മളു കണ്ടില്ലാ കേട്ടില്ലായെന്ന് വെക്കുന്നതുകൊണ്ടാണിങ്ങനെ... തെമ്മാടിത്ത മല്ലേ കാണിക്കുന്നത്?"

"ശരിയാണ്."

അച്ഛനും ഞാനും വീട്ടിലെത്തി. വഴിയിൽ നടന്ന കാര്യങ്ങൾ ഞാൻ അമ്മയോട് വിശദീകരിച്ചു.

നരിപോലെ മുരണ്ടുവന്ന കറുപ്പയ്യൻ എലി പോലെയായി നിന്ന തെല്ലാം ഞാൻ അമ്മയോട് വിശദീകരിച്ചു.

"കറുപ്പയ്യന് അച്ഛനെ പേട്യാ..." ഞാൻ അമ്മയോട് ചോദിച്ചു.

"പേടിച്ചിട്ട് തന്ന്യാ.. നല്ല വ്യക്തികളായാൽ അവരുടെ വാക്കുകളെ മറ്റുള്ളവർ ആദരവോടെ മാനിക്കും. അത് അനുസരിക്കേണ്ടിവരും. എന്റ

മോൻ നല്ല വ്യക്തിയായി വളരണം."

അമ്മ എന്നെ നെഞ്ചോട് ചേർത്തുപിടിച്ചു.

അതിനുശേഷമാണ് കറുപ്പയ്യനെ ഞാൻ കൂടുതലായി അറിയാൻ തുടങ്ങിയത്.

കറുപ്പയ്യൻ തമിഴ്നാട്ടുകാരനാണ്. ക്വാറിപ്പണിക്ക് വല്യവെളിച്ചത്തിലെത്തിയതായിരുന്നു. കരിങ്കൽ ക്വാറിയിൽ വെടിമരുന്നു വെച്ച് പാറ പൊട്ടിക്കുന്ന പണി.

കറുപ്പയ്യന് കറുപ്പ് ഒരഴകായിരുന്നു. കൃഷ്ണശിലപോലെ ദൃഢമായ ശരീരവും.

പാറുക്കുട്ടി കരിങ്കൽ ക്വാറിയിൽ പൊട്ടിച്ചിതറിത്തെറിക്കുന്ന കരിങ്കൽ കഷണങ്ങൾ കുട്ടയിലാക്കി ലോറിയിൽ നിറയ്ക്കുന്ന പണിക്ക് വന്നതായിരുന്നു.

കുന്നുകൾ ഇടിച്ചു നിരത്തി കരിങ്കൽ ക്വാറികൾ വ്യാപകമായി. ക്വാറികളുടെ വിസ്തൃതി വർദ്ധിച്ചു. കശുവണ്ടിത്തോട്ടങ്ങൾ കരിങ്കൽക്വാറികളായി രൂപാന്തരപ്പെട്ടു.

കറുപ്പയ്യൻ പാറുക്കുട്ടിയെ കണ്ടു. അതൊരു പ്രണയമായി വളർന്നു.

ക്വാറികളുടെ വിസ്തൃതി പോലെ പ്രണയത്തിന്റെ വ്യാപ്തിയും കൂടി; കറുപ്പയ്യനും പാറുക്കുട്ടിയും കമിതാക്കളായി.

പാറുക്കുട്ടി ഒരുനാൾ പണിക്ക് പോയില്ല. വല്ലാത്ത ക്ഷീണം. തലകറക്കവും ഛർദ്ദിയും. ഡോക്ടറെ കാണാൻ പറഞ്ഞപ്പോൾ അവൾക്ക് സമ്മതമില്ല. അവൾ വീട്ടിൽ അകത്ത് വെറും പായിൽ കിടന്നു. ഒന്നും തിന്നില്ല. കുടിച്ചില്ല. ഛർദ്ദി മാത്രം...

രണ്ടു നാൾ പാറുക്കുട്ടിയെ കാണാതായപ്പോൾ ഒപ്പം പണിക്കുപോകുന്ന പങ്കജാക്ഷി തിരക്കിവന്നു. പങ്കജാക്ഷിക്ക് കണ്ടമാത്രയിൽ കാര്യം മനസ്സിലായി. പാറുക്കുട്ടിയുടെ അമ്മ കല്യാണിയോട് കാര്യവും പറഞ്ഞു. കല്യാണി കേട്ടപാടെ തലയിൽ കൈവെച്ച് നിലവിളിച്ചു.

പിന്നീട് അട്ടഹസിച്ചു.

"ഈ കള്ളത്തീനെ മീൻ മുറിക്കുന്ന കത്തികൊണ്ട് ഞാനറുത്തുകളയും." അവർ അകത്തേക്കോടി. പങ്കജാക്ഷി വിലക്കി.

"ആളറിയാതെ നോക്കണം. ഒച്ചവെച്ച് ആളെ അറിയിച്ച് നാറ്റിക്കരുത്."

"എന്നാലും ന്റെ കുഞ്ഞാപ്പു അറിഞ്ഞാൽ?"

"നിങ്ങളു മിണ്ടാതിരിക്ക്... ഞാൻ അതിന് വഴിയുണ്ടാക്കാം."

കല്യാണിയമ്മ വായമൂടി.

അടുത്ത ദിവസം കറുപ്പയ്യനും രണ്ടുപേരും കല്യാണിയമ്മയുടെ

പൊരയ്ക്കകത്ത് പെണ്ണുകാണാൻ വന്നു. അടുത്ത വീട്ടിലെ കുമാരനും നാരായണനും വന്നുചേർന്നു. എല്ലാം അന്നവിടെ തീരുമാനിച്ചു. ദിവസവും നേരവും മുഹൂർത്തവും നിശ്ചയിച്ചു.

പാറുക്കുട്ടിക്ക് ആശ്വാസമായി.

കുഞ്ഞാപ്പുവിന് ആലോചിച്ചിട്ട് എത്തുംപിടിയും കിട്ടാതായി. കല്യാണത്തിന് വേണ്ട ഒരുക്കങ്ങൾക്ക് പണമെവിടെ?

എല്ലാ ചെലവും അനന്തൻ മേസ്തിരി ഏറ്റെടുത്തു. അനന്തൻ മേസ്തിരി വല്യ ക്വാറി മുതലാളിയായി വളർന്നുവന്നിരിക്കയാണ്.

പടിഞ്ഞാറെക്കരയിലെ ക്ഷേത്രത്തിൽനിന്നാണ് കറുപ്പയ്യൻ പാറുക്കുട്ടിയുടെ കഴുത്തിൽ താലി ചാർത്തിയത്.

അവർ വിവാഹിതരായി.

കറുപ്പയ്യൻ പാറുക്കുട്ടിയുടെ പൊരയ്ക്കകത്ത് സ്ഥിരതാമസമാക്കി. ആ ഗ്രാമത്തിന്റെ ഭാഗമായി മാറി. കാലം കറുത്തും വെളുത്തും ഇഴഞ്ഞു നീങ്ങി.

പാറുക്കുട്ടി ശ്രീധരനെ പെറ്റത് മാസം തികയാതെയാണെന്ന് അയലത്തെ പെണ്ണുങ്ങൾ പറഞ്ഞു നടന്നു.

കല്യാണിയമ്മ അത് കേട്ടതായി ഭാവിച്ചില്ല. പാറുക്കുട്ടിക്ക് അതിൽ ഒരു സംശയവുമുണ്ടായിരുന്നില്ല. ശ്രീധരൻ വളർന്നു.

കറുപ്പയ്യൻ ക്വാറി പണി കഴിഞ്ഞുവരുന്നത് ഷാപ്പിലൂടെയാക്കി. പാതിരാനേരം കഴിഞ്ഞാലും വീട്ടിലെത്താതെയായി.

എന്നിട്ടും ശ്രീധരന് ഒരനുജനുണ്ടായി, ദാമോദരൻ.

മക്കൾ വലുതായി. അവരിപ്പോൾ അന്യനാടുകളിലാണ്. കുടുംബത്തിലെ ആവശ്യങ്ങൾ നിറവേറ്റുവാനുള്ള വരുമാനം മക്കൾ അയച്ചുകൊടുത്തുവരുന്നുണ്ട്. പക്ഷേ, പാറുക്കുട്ടി പണിക്ക് പോകുന്നുണ്ട്. പാറുക്കുട്ടിയുടെ കൂലികിട്ടിയാൽ പാതി കറുപ്പയ്യനാണ്. കൊടുത്തില്ലെങ്കിൽ പൊരയ്ക്കകത്ത് അന്ന് കലാപമായിരിക്കും. കൊലവിളിയായി മാറും. അയൽക്കാർക്ക് ശല്യമായിത്തീരുന്നത് പതിവായിത്തീർന്നു.

മൂപ്പനാർ പറമ്പിലെ കറുപ്പയ്യനെ പരിചയക്കാർ ഒരു പേരടി പോലെ മൂപ്പനാർ എന്നു ചുരുക്കി വിളിച്ചുതുടങ്ങി. ആ നാമം തന്നെ ക്രമത്തിൽ സ്വന്തം നാമധേയമാക്കി കറുപ്പയ്യൻ. ഇപ്പോൾ കറുപ്പയ്യൻ വിസ്മൃതമായി. മൂപ്പനാർ എന്നത് സുപരിചിതമാവുകയും ചെയ്തു.

കള്ള്, കഞ്ചാവ് തുടങ്ങിയവ അനധികൃതമായി വിറ്റുനടക്കുന്ന ചിലരുടെ കൂട്ടത്തിൽ മൂപ്പനാരും. മൂപ്പനാർ ഇപ്പോൾ ഗ്രാമത്തിനൊരു തലവേദനയായിരിക്കുന്നു. പാറുക്കുട്ടിക്ക് ബാദ്ധ്യതയും.

മകരമാസം പിറന്നാൽ മൂന്നാംനാളിൽ കൂരാറക്കുന്നിലെ ഭഗവതിക്കാവിൽ തിറയാട്ടമായി. നാലുദേശത്തുനിന്നും കലശം വരുന്ന ചടങ്ങ് എന്ന് തുടങ്ങിയതാണെന്ന് എമ്പ്രാൻ കുഞ്ഞമ്പുവിനും നിശ്ചയമില്ല. അത്രയ്ക്ക് പഴക്കമുണ്ട് ആ ചടങ്ങിന്.

കലശം വരവിന് വേണ്ട ഒരുക്കങ്ങളിൽ വ്യാപൃതരായിരുന്നു ഞങ്ങൾ. വടക്കേവയലിൽ കൊത്തിമറിച്ചിട്ട മണ്ണടരുകളെ ഉരുമ്മി ഉച്ചവെച്ചെത്തുന്ന നെല്ലിന്റെ മണമുള്ള കാറ്റ്. മകരക്കാറ്റ് വീശിയടിച്ച ആ പകലറുതിയിൽ....

പാറുക്കുട്ടി കാറ്റുപോലെ പാഞ്ഞുവന്നു. ചെറുപ്പക്കാരെല്ലാം തോരണങ്ങൾ കെട്ടുകയായിരുന്നു.

"ന്റെ പൊരേല് എന്തെല്ലാമോ നടന്നിറ്റ്ണ്ട്. ഞാൻ പണികഴിഞ്ഞ് പൊരക്കകത്തെത്തുമ്പോൾ അകത്തുനിന്നും അട്ടംമുട്ടം നെലവിളി. ഞാന് പൊരക്കകത്ത് പാഞ്ഞുകയറി നോക്കുമ്പോള് ന്റെ മോന്റോള് രമണി നെലവിളിച്ചോണ്ട് പുറത്തേക്കോടുന്നു."

ഓളു ചത്വാളിയും ചത്വാളിയുന്നും പറഞ്ഞിട്ടാ ഈ മയിമ്പ് നേരത്ത് പാഞ്ഞുപോയത്.

വാരിവലിച്ചുടുത്ത ചേലേം, കീറിയ ബ്ലൗസും ഇട്ടോണ്ടാ വടക്കേപ്രത്തെ ഊരുകണ്ടിയും ഇറങ്ങിയിട്ട് ഓള് പാഞ്ഞത്."

ഒറ്റ ശ്വാസത്തിൽ പാറുക്കുട്ടി എല്ലാം പറഞ്ഞു. ചെറുപ്പക്കാർ തങ്ങളുടെ ജോലി നിർത്തി പാറുക്കുട്ടിയെ ശ്രദ്ധിച്ചു.

"എനക്കൊന്നും തിരിയുന്നില്ലേ പടച്ചാമ്പുരാനേ... ഇന്റെ മക്കളൊന്നു നോക്കോ...?"

പാറുക്കുട്ടിയുടെ നിസ്സഹായമായ അപേക്ഷ.

"എങ്ങോട്ടാ ഓടിപ്പോയത്. ഓടുന്നത് ശരിക്കും നിങ്ങളു കണ്ടോ?"

"വടക്കേ കണ്ടിന്റടുത്തോളം കണ്ടതാ..."

പാറുക്കുട്ടിയെ സമാധാനിപ്പിച്ച് തിരിച്ചയച്ചു.

കുരുത്തോലത്തോരണങ്ങൾ നിർമ്മാണം നിർത്തിവെച്ച് ദാസനും നാരായണനും അവരുടെ പിന്നാലെ കാര്യമെന്തെന്നറിയാൻ പുറപ്പെട്ടു.

കറുപ്പയ്യന്റെ മൂത്ത മകന്റെ ഭാര്യയാണ് രമണി. അവളുടെ വീട് വടക്കേവയലിന്റെ അക്കരയാണ്. നീട്ടിവലിച്ചു നടന്നാൽ പതിനഞ്ച് മിനിട്ട്.

രമണി കരഞ്ഞുവിളിച്ച് വടക്കോട്ടാണ് ഓടിയതെങ്കിൽ സ്വന്തം പുരയിലേക്കാവാനാണ് സാദ്ധ്യത.

ദാസനും നാരായണനും അങ്ങോട്ടേക്ക് നടന്നു.

സന്ധ്യ മയങ്ങി ഇരുട്ടുപരന്നു. വയലിന്റെ നെടുവരമ്പിൽ നിന്നു നോക്കുമ്പോൾ ആ വീട്ടിൽ ആളനക്കമില്ല. ഉമ്മറത്തെ വാതിലടഞ്ഞുകിട

ക്കുന്നു. പുറത്ത് മുനിഞ്ഞുകത്തുന്ന ഒരു മുട്ടവിളക്ക്. കാറ്റിന്റെ ഗതിക്കനുസൃതമായി അത് കെടാൻ പോകുന്ന പരുവത്തിലുമാണ്.

ഏതായാലും വീട്ടിലേക്ക് തന്നെ പോകാമെന്ന നിശ്ചയത്തിൽ രണ്ടു പേരും നടയിലൂടെ മുറ്റത്തെത്തി. അപ്പോഴും ആളനക്കമില്ലാത്തതുപോലെ...

"ഇവിടെ ആരുമില്ലേ...?"

പ്രായമുള്ള ഒരു സ്ത്രീ പുറത്തേക്കുവന്നു. രമണിയുടെ അമ്മ താലടേത്തി.

"ആരേനും... ഇങ്ങളാരേനും?"

"ഇവ്ടെ വേറെയാരുമില്ലേ..?"

"ഇല്ലാലോ... ആണുങ്ങളൊരാൾ അങ്ങാടിപ്പോയതാ... നേരം കുറെ കഴിയും വരാൻ. മോളെ രമണി ഇതാരാ വന്നതെന്ന് നോക്ക്യാട്ടെ."

രമണി പുറത്തുവന്നില്ല.

ഏറെനേരം കഴിഞ്ഞിട്ടും അമ്മ വീണ്ടും വീണ്ടും നിർബ്ബന്ധിച്ചിട്ടും രമണി പുറത്തുവന്നില്ല.

"രമണി...? ഞാൻ ദാസനാ... സുകുമാരന്റെ സ്നേഹിതൻ. എന്നെ അറിയില്ലേ...? ഒന്നു പുറത്തുവരൂ. ചിലത് ചോദിക്കാനുണ്ട്."

രമണി പുറത്തുവന്നു.

കരഞ്ഞുകലങ്ങിയ കണ്ണുകൾ. തളർന്ന പ്രകൃതം. ആരേയും അഭിമുഖീകരിക്കാൻ കഴിയാത്തതുപോലെ...

"ഇനി ഞാൻ അങ്ങോട്ടില്ല. സുകുവേട്ടന് ഞാൻ കത്തെഴുതാൻ പോകയാ.."

"മൃഗമാ... മാനം കെടുത്തി ജീവിക്കാൻ എന്നെ കിട്ടൂല്ല."

അവൾ പൊട്ടിക്കരഞ്ഞുകൊണ്ട് അകത്തേക്കോടി. കട്ടിലിൽ വീണു.

"ഇവളു ഈ സന്ധ്യാനേരത്ത് പാഞ്ഞുവന്നൂന്നല്ലാണ്ട് എന്നോട് ഒന്നും പറഞ്ഞില്ല മക്കളേ... എനിക്കൊന്നും തിരിയുന്നില്ലാലോ...?"

താലേമ്മ വിലപിക്കുകയാണ്.

ഇങ്ങള് രമണിയെ സമാധാനിപ്പിക്ക്. തല്ക്കാലം ഓള് ഇവിടെത്തന്നെ നില്ക്കട്ടെയെന്നും പറഞ്ഞു ദാസനും നാരായണനും തിരിച്ചുപോന്നു.

അന്നുരാത്രി ഏറെ വൈകുവോളം ഞങ്ങൾ കലശത്തിന്റെ ഒരുക്കങ്ങളിൽ തന്നെയായിരുന്നു.

അന്ന് രാത്രി മൂപ്പനാർ പറമ്പിൽ പാറുക്കുട്ടി വീട്ടിൽ തനിച്ചായിരുന്നു. മൂപ്പനാരെ സന്ധ്യക്ക് ശേഷം കണ്ടവരില്ല. പിറ്റേന്ന് പുലർന്നിട്ടും കണ്ടവരില്ല. ഉച്ചനേരമായിട്ടും മൂപ്പനാർ വന്നില്ല.

ഉച്ചതിരിഞ്ഞ് കലശംവരവിന്റെ അകമ്പടിമേളക്കാർ നിരന്നു. നിരത്തി

വെച്ച മൂന്നു കതിനക്കുറ്റികൾ ഓരോന്നായി പൊട്ടി. നാലു ദിക്കിലും കലശം വരവിന്റെ വിളംബരമായി. ചെണ്ടയുടെ താളം മുറുകി; അയലത്തുള്ളവരും അടുത്തുള്ളവരും വന്നുതുടങ്ങി. വ്രതംനോറ്റ കലശക്കാർ ആർപ്പുവിളിച്ച് നാടുണർത്തി.

സൈക്കിൾ ഓടിച്ച് രണ്ടു പൊലീസുകാർ അവിടെവന്നു. മേളത്തിന്റെ മുറുക്കത്തിനിടയിൽ അവർ ദാസനെ വിളിച്ച് കറുപ്പയ്യനെന്ന മൂപ്പനാരെ അന്വേഷിച്ചു

ആളുകൾ അമ്പരന്നു.

ചുണ്ടുകൾ ചെവിയോട് ആരവത്തിനിടയിൽ പിറുപിറുത്ത് കൊണ്ടിരുന്നപ്പോൾ ആശങ്കകളുണർന്നു.

തലായിക്കടപ്പുറത്ത് ഒരജ്ഞാതശവം കരയ്ക്കണഞ്ഞിരുന്നു. ഇപ്പോൾ തലശ്ശേരി ആശുപത്രി മോർച്ചറിയിലാണ്. ആരെങ്കിലും വന്ന് ആളെ തിരിച്ചറിയണം. ഇവിടുത്തുകാരനാണെന്ന് പൊലീസിന് സംശയം.

ആരവങ്ങൾക്കിടയിൽ അശാന്തി പെയ്യുകയാണ്.

ആരായിരിക്കാം...?

വാർത്ത നാട്ടിലാകെ പരന്നപ്പോൾ കേട്ടവർക്കെല്ലാം അത് ഞെട്ടലായി.

അതാരാണ്?

ആരവങ്ങൾക്കിടയിലും ആർപ്പുവിളികൾക്കിടയിലും ആളുകൾ പരസ്പരം ചോദിച്ചുകൊണ്ടിരുന്നു.

അതാരാണ്?

കനലെരിയുന്ന നാട്ടുപാതകൾ

സമയം സന്ധ്യയായിത്തുടങ്ങി.

ഞാൻ ജോലി കഴിഞ്ഞ് പട്ടണത്തിൽനിന്നും വീട്ടിലേക്ക് തിരിച്ചു വരികയായിരുന്നു.

ബസിൽ വലിയ തിരക്ക്. ബസ് യാത്രയ്ക്കിടെ എന്റെ മൊബൈൽ ഫോണിന്റെ റിങ് ടോൺ ശബ്ദിച്ചു. ബസിലെ തിരക്കിനിടയിൽ ആ ഫോൺ ആരുടേതാണെന്ന് നോക്കാൻ പോലും കഴിഞ്ഞില്ല.

പക്ഷേ, തുടരെത്തുടരെ മൊബൈൽ ഫോൺ പിന്നെയും ശബ്ദിച്ചു കൊണ്ടിരുന്നു.

സ്നേഹദീപം വായനശാലയ്ക്ക് മുമ്പിൽ ഞാൻ ബസിറങ്ങി. ആരാണ് തുടരെത്തുടരെ വിളിച്ചുകൊണ്ടിരുന്നതെന്ന് അന്വേഷിക്കാനുള്ള തിടുക്കത്തിലായിരുന്നു ഞാൻ.

മൊബൈൽ ഫോണിന്റെ ഡയൽ നമ്പർ തിരക്കിയപ്പോൾ സതീശ നാണ്.

എന്താണാവോ?

തെല്ല് ആകാംക്ഷയോടെ തിരിച്ചുവിളിച്ചു. മറുതലയ്ക്ക് സതീശൻ ഫോൺകോൾ അറ്റൻഡ് ചെയ്തു.

"ഹലോ... സതീശൻ..?"

"അതേ..." സതീശൻ സംസാരിച്ചു തുടങ്ങി.

"ങ്ഹാ?"

ഞാൻ ഞെട്ടിപ്പോയി. അവൻ പറഞ്ഞത് എനിക്ക് വിശ്വസിക്കാനേ ആവുന്നില്ല. സതീശൻ വലിയ ഉത്തരവാദിത്വമുള്ള ഒരു ചെറുപ്പക്കാരനാണ്. ശരിയല്ലാത്തതിന്റെ പ്രചാരകനാവാൻ അവന് കഴിയില്ല. എന്നാലും.

അങ്ങനെ സംഭവിക്കുമോ?

എന്റെ സംശയം വിട്ടുമാറുന്നില്ല. എന്നാലും ആരോടെങ്കിലും ചോദിച്ച് സംശയം തീർക്കാമെന്ന് കരുതി ഞാൻ വായനശാലയിലേക്ക് കയറി ചെന്നു.

സാധാരണ ആ സമയങ്ങളിൽ ധാരാളം പേർ ഒത്തുചേരുക പതിവാണ്. പക്ഷേ, ലൈബ്രേറിയൻ കൃഷ്ണൻ മാത്രമേയുള്ളൂ. അയാൾ പുസ്തകങ്ങൾ ഒതുക്കി അടുക്കിവെക്കുകയാണ്. ഞാൻ ചെന്നതുപോലും അയാളറിഞ്ഞിട്ടില്ല. നേരത്തെതന്നെ ലൈബ്രറി പൂട്ടുവാനുള്ള ഒരുക്കത്തിലാണോ?

വീണ്ടും ഞാൻ സതീശനെ വിളിച്ചു. സംസാരിച്ചുകൊണ്ട് മുന്നോട്ടു നടക്കുവാൻ തുടങ്ങി.

ഇരുട്ടുപരന്ന് തുടങ്ങിയ നാട്ടുപാതയിൽ ഓരംചേർന്ന് നടന്നു. സാധാരണ സന്ധ്യ കഴിഞ്ഞാലും വഴിവക്കിൽ കണ്ടുമുട്ടാറുള്ള ഒരു പരിചിത മുഖവും കാണാനില്ല.

അപ്പുറത്തുള്ള കുഞ്ഞിരാമേട്ടന്റെ പലചരക്കു പീടികയിലും ആരെയും കാണുന്നില്ല കുഞ്ഞിരാമേട്ടൻ തനിച്ചാണ്. അയാളും പീടിക പൂട്ടുവാനുള്ള തയ്യാറെടുപ്പിലാണ്.

അകലെനിന്നും ഇരുൾമൂടുന്ന ഊടുവഴിയിലൂടെ ഏതോ അപകടത്തിന്റെ അലാറം മുഴക്കിക്കൊണ്ട് എന്റെ നേർക്കായി ഒരു വാഹനം ചീറിപ്പാഞ്ഞുവരുന്നു. അതിന്റെ തുളച്ചുകയറുന്ന ശബ്ദവും വെളിച്ചവും എന്നെ അല്പനേരം നടുക്കത്തിലാഴ്ത്തി. ഞാൻ വഴിയോരത്ത് മാറിനിന്നു.

ആ പൊലീസ് വാഹനം അതിവേഗം കടന്നുപോവുകയും ചെയ്തു.

എന്തുകൊണ്ടോ എന്റെ കാലുകൾക്ക് ഒരു തളർച്ച അനുഭവപ്പെട്ടു. അകാരണമായ ഒരു തളർച്ച. ശരീരമാകെ കുഴയുന്നതുപോലെയും.

സതീശന്റെ ഫോൺകോൾ ബന്ധം അറ്റതും നിശ്ശബ്ദമായതുപോലും എനിക്കോർമ്മയില്ല.

ഞാൻ വീട്ടിന്റെ സമീപത്തെത്തി.

രാജേട്ടനും ശശിയും എതിർദിശയിൽനിന്നും നടന്നുവരുന്നുണ്ടായിരുന്നു. എന്നെ കണ്ടപ്പോൾ അവർ നിന്നു. ശബ്ദം കുറച്ച് ശശി ചോദിച്ചു.

"നീ വല്ലതും അറിഞ്ഞോ?"

"ങ്ഹും അറിഞ്ഞു. സതീശൻ ഫോൺ വിളിച്ച് പറഞ്ഞിരുന്നു."

"ഛെ... ഫോണിലോ?"

"എല്ലാം പൊലീസിന്റെ നിരീക്ഷണത്തിലാണ് വെറുതെ അപകടത്തിൽ ചെന്നുചാടരുത്." രാജേട്ടൻ പറഞ്ഞു.

അവർ അത്രയും പറഞ്ഞു മുന്നോട്ടു നടന്നുപോയി.

വഴിയോരങ്ങളിൽ ആൾപ്പെരുമാറ്റമില്ല. വീടുകളിൽ ആളനക്കമില്ല. ടിവിയുടെയും റേഡിയോവിന്റെയും ശബ്ദം കേൾക്കാനേയില്ല

ഗ്രാമം വിജനമായതുപോലെ.... ഭീതിയിലാണ്ട് വീർപ്പടക്കി വിറങ്ങലിച്ച് നില്ക്കുകയാണ്. മൗനത്തിന്റെ കരിമ്പടം പുതച്ച് നിശ്ചലമായിക്കിടക്കുന്നു.

ഞാൻ വീട്ടിലെത്തി. മുറ്റത്ത് കയറുമ്പോൾ എന്നും വിളിക്കാറുള്ള തുപോലെ ഭാര്യയെ വിളിച്ചു. സാധാരണ ആ നേരത്ത് വീടിന്റെ മുൻഭാഗത്ത് വാതിൽ അടച്ച് പൂട്ടാറില്ല. കോലായിൽ വിളക്ക് തെളിയാറുണ്ട്.

പതിവില്ലാത്ത കാഴ്ചകൾ!

പുറത്തെ വിളക്ക് എന്റെ ശബ്ദം കേട്ടപ്പോൾ തെളിഞ്ഞു ജനൽപാളി തുറന്ന് ഭയചകിതമായ കണ്ണുകളോടെ ഭാര്യ പുറത്ത് അന്വേഷിക്കുകയാണ്. മുറ്റത്ത് നില്ക്കുന്നത് ഞാൻ തന്നെയെന്ന് വ്യക്തമായപ്പോൾ അവളുടെ കണ്ണുകളിൽ തിളക്കം!

വാതിൽ തുറന്നു. ഞാൻ കോലായിലേക്ക് കയറാൻ കാലെടുത്തു വെക്കുമ്പോഴേക്കും അവൾ അകത്തുനിന്നും ധൃതി പിടിച്ചിറങ്ങി വന്ന് എന്റെ കൈയിൽ കയറിപ്പിടിച്ച് വലിച്ച് എന്നെ അകത്തേക്ക് കൊണ്ടുപോയി.

"വേഗം അകത്തേക്ക് വാ... ഇവിടെയെല്ലാം നിറയെ പൊലീസാ.." അവൾ ശാസിക്കുന്നതുപോലെ പറഞ്ഞു.

വാതിലടച്ചു. എന്നെ ഒരക്ഷരം മിണ്ടാനോ പറയാനോ ചോദിക്കാനോ അവൾ സമ്മതിച്ചില്ല.

അകത്ത് പഠിക്കുകയായിരുന്ന എന്റെ മകൻ ഞാൻ വന്നതു കണ്ടു എന്റെ അടുത്തുവന്നു.

"അച്ഛാ..." എന്ന് വിളിച്ചപ്പോൾ അവൾ വിരൽ ചുണ്ടിൽ വെച്ച് നിശ്ശബ്ദം എന്ന് വിലക്കി നില്ക്കുന്നതും ഞാൻ കണ്ടു.

ഞാൻ വസ്ത്രം മാറി വരുമ്പോഴേക്കും പതിവുള്ള ചായയുമായി ഭാര്യ മുന്നിലെത്തി.

"മൗനംപോലെ ഇന്ന് നിരാഹാരവും കൂടി ഉണ്ടാകുമെന്നാ കരുതിയത്." ഞാൻ പറഞ്ഞു.

"ജയേട്ടന് എല്ലാം തമാശയാ. ഇവിടെ മനുഷ്യൻ തീ തിന്നുകയാ... ഉച്ചതിരിഞ്ഞതോടെ ഈ പ്രദേശത്തെ ഓരോ വീട്ടിലും പൊലീസ് കയറിയിറങ്ങുകയാണ്. കാണുന്നവരോടും വരുന്നവരോടും പോകുന്നവരോടും ചോദിക്കുകയാ..."

"എന്തിന്?" ഞാൻ ചോദിച്ചു.

"അറിഞ്ഞില്ല അല്ലേ?... അത്, അയലത്തെ ശാരദാമ്മയുടെ മോൻ ശ്യാംലാൽ നിങ്ങളുടെയൊക്കെ പഴയ കൂട്ടുകാരൻ..."

"ങ്ഹാ... ഞാൻ അറിഞ്ഞു. എന്നെ സതീശൻ വിളിച്ചിരുന്നു."

ചായ കുടിച്ചുകൊണ്ടിരിക്കുമ്പോൾ സതീശൻ മുറ്റത്തുനിന്നും വിളിക്കുന്നു. ഞാൻ വാതിൽ തുറന്നു പുറത്തേക്കിറങ്ങുമ്പോൾ ഭാര്യ സമ്മതിക്കുന്നില്ല. അവളുടെ മുഖം വിളറിയതുപോലെ.

"സതീശാ വരൂ.. നമുക്കകത്തിരിക്കാം." ഞാൻ ക്ഷണിച്ചു.

"ഏയ് വേണ്ടാന്ന്. പുറത്തിരിക്കാം. ആളുകളുടെ ഈ ഭയപ്പാട് കാണുമ്പോൾ...!"

വൈകുന്നേരങ്ങളിൽ ജോലി കഴിഞ്ഞെത്തുന്ന ചെറുപ്പക്കാർ ഒത്തു ചേരാറുള്ള താഴെക്കാവിലെ അരയാൽ ചുവട്ടിലും ക്ലബ്ബിന്റെ പരിസരങ്ങ ളിലും ഉച്ചമുതൽ പൊലീസുകാർ ക്യാമ്പ് ചെയ്യുകയാണ് എന്ന് സതീ ശൻ പറഞ്ഞു.

"ആളുകൾ ഇങ്ങനെ പേടിക്കുന്നതെന്തിനെയാണെന്നാ മനസ്സിലാ വാത്തത്..?"

"സതീശാ... ഇതെങ്ങനെയാണ് സംഭവിച്ചിട്ടുണ്ടാവുക? ഇവന്റെ മന സ്സിൽ ഇത്രവലിയ നികൃഷ്ട ചിന്ത വേരുമുളച്ചത് എങ്ങനെയായിരിക്കും?"

ഞങ്ങൾക്ക് ഒരു എത്തുംപിടിയും കിട്ടാത്ത അവസ്ഥ തന്നെയാണ്. ഞങ്ങളുടെ മുമ്പിലും മൗനം കനപ്പിച്ച് നില്ക്കുകയാണ്.

എന്നും ചെറുപ്പക്കാർ ഒത്തുചേരാറുള്ള താഴെക്കാവിലെ അരയാൽ ചുവട്ടിലോ, വാനയശാലയിലോ, പ്രതിവാര സംവാദ പരിപാടികളിലോ ശ്യാം ഉണ്ടാകാറില്ല. കഴിഞ്ഞ രണ്ടു വർഷത്തിലധികമായി... നല്ല സംഘാ ടകനും സജീവ പ്രവർത്തകനുമായിരുന്നു. പക്ഷേ?

ശ്യാം എല്ലാവരിൽനിന്നും അകന്നത് പെട്ടെന്നായിരുന്നു. പക്ഷേ, അതാർക്കും തോന്നാത്തവിധമായിരുന്നു. സദാ ഗൗരവം നിറഞ്ഞ മുഖ ഭാവക്കാരനാണ്. പക്ഷേ, സൗഹൃദങ്ങളിൽനിന്ന് അവൻ ഒളിച്ചോടുകയാ യിരുന്നു എന്ന് ഞങ്ങൾക്കാർക്കും കണ്ടുപിടിക്കാനും കഴിഞ്ഞില്ല.

പെട്ടെന്നായിരുന്നു അവൻ തിരക്ക് പിടിച്ച ഒരാളായി മാറിയത്. യാത്ര കൾ... ദിവസങ്ങൾ നീണ്ടു നിന്ന യാത്രകൾ!! ... ശ്യാമിന് ലോട്ടറിയടിച്ചു വെന്നാണ് ചിലർ പ്രചരിപ്പിച്ചിരുന്നത്. അതിന് കാരണമുണ്ട്.

അവന്റെ കൈയിലൂടെ മറിയുന്നത് തിളങ്ങുന്ന അഞ്ഞൂറും ആയിര വുമായിരുന്നു.

പുതിയ മോഡൽ മോട്ടോർ ബൈക്ക്.

മൊബൈൽ ഫോൺ...?

ഏറ്റവും പുതിയ മോഡൽ വസ്ത്രങ്ങൾ, കൂളിങ് ഗ്ലാസ് അങ്ങനെ പലതും.

ചിലർക്ക് ശ്യാമിനോട് അസൂയയായിരുന്നു.

ചിലർ അവന്റെ പെരുമാറ്റത്തിൽ സംശയം തോന്നി അകന്നു മാറി.

ഒരുദിവസം ശ്യാമിന്റെ അമ്മയെ കാണുവാനിടയായി. അവർ ആശു പത്രിയിലേക്ക് പോവുകയായിരുന്നു. ആ അമ്മയുടെ മുഖത്ത് വിഷാ ദമോ...? ദൈന്യമോ...?

സ്വാസ്ഥ്യം നഷ്ടപ്പെട്ടതുപോലെ.

ആ അമ്മയുടെ മുഖത്തുനിന്നും പലതും വായിച്ചെടുക്കാനുണ്ടായി രുന്നു.

അമ്മ നടക്കാൻ ഏറെ പ്രയാസപ്പെടുന്നുണ്ടായിരുന്നു. എങ്കിലും പതുക്കെ നടന്നു. ഒപ്പം ഞാനും. നടത്തത്തിനിടയിൽ ശ്യാമിനെക്കുറിച്ച് ഞാൻ അന്വേഷിച്ചു. അമ്മ കുറേ കാര്യങ്ങൾ പറഞ്ഞു.

ഞാൻ പറഞ്ഞു. ഞങ്ങളുടെ സൗഹൃദങ്ങളിൽ ശ്യാമിന്റെ അഭാവം

ഏറെക്കാലമായി ഇല്ലായിരുന്നു. അത് അമ്മയ്ക്കും അറിവുള്ളതായിരുന്നു.

"ഞാനും കാണാറില്ല മോനെ... എവിടെപ്പോകുന്നു എന്തിന് പോകുന്നു എന്നൊന്നും അറിയില്ല..."

"അമ്മേ... എന്ന് വിളിക്കാൻ പോലും അവന്റെ നാക്ക് ഉയരാറില്ല. ഇപ്പോൾ ഒരു മാസത്തിലേറെയായി ഞാനവനെ കണ്ടിട്ട്..."

"അവന്റെ അച്ഛൻ മരിക്കുമ്പോൾ അവന് നാലരവയസ്സായിരുന്നു... ഇന്നവൻ വളർന്നു, വലുതായി.... ഈ അമ്മ അവന് ഒരു കുറവ് വരുത്തിയിട്ടില്ല. പക്ഷേ, ഇപ്പോൾ ഈ അമ്മ തനിച്ചാണ് മോനേ..."

ഞാൻ അവരെ സമാധാനിപ്പിച്ചു.

ആ അമ്മയ്ക്ക് മകന്റെ നിഗൂഢതകളുടെ ഉള്ളറകളെക്കുറിച്ച് എന്തെല്ലാമോ അറിയാമെന്ന് ഞങ്ങളാരും തിരിച്ചറിഞ്ഞിരുന്നില്ല.

അന്നും അവരുടെ മനസ്സിൽ എന്തോ നീറിപ്പുകയുന്നുണ്ടായിരുന്നു.

കാരണം, വേദനിപ്പിക്കുന്ന മനസ്സിനെ വീണ്ടും വേദനിപ്പിക്കാതിരിക്കാൻ ചോദ്യങ്ങളെ മനഃപൂർവ്വം ഞാൻ ഒഴിവാക്കുകയായിരുന്നു.

ഇന്ന്, ആ ദുരന്തം പടർന്ന് ഒരു പകർച്ചവ്യാധി പോലെയായിരിക്കുന്നു. ഒരു കുടുംബത്തെ, ഒരുദേശത്തെ ജനങ്ങളെയെല്ലാം ഭീതിയുടെ മുൾമുനയിൽ നിർത്തിയിരിക്കയാണ്.

ഇപ്പോൾ വാർത്തകൾ വരുന്നു.

അവിശ്വസനീയമായ കഥകളായി. ശ്യാംലാൽ ആരാണ് എന്നും അവന്റെ യഥാർത്ഥ മുഖമെന്തെന്നും ആ ഗ്രാമം ഒരു ഞെട്ടലോടെ അറിഞ്ഞു.

നിതാന്ത ജാഗ്രത പുലർത്തി മാതൃഭൂമിയെ കാത്ത് രക്ഷിക്കുന്ന ജവാന്മാരുടെ വെടിയേറ്റ് മരിച്ചവരുടെ കൂട്ടത്തിൽ. ഭീകരവാദികളായ രാജ്യദ്രോഹികളുടെ കൂട്ടത്തിൽ ശ്യാംലാലിന്റെ മുഖം.

ഒരു ഗ്രാമം മുഴുവൻ വാർത്തകൾക്കായി കണ്ണും കാതും കൂർപ്പിച്ച് മാധ്യമങ്ങൾക്ക് മുമ്പിൽ.

ഒരു കൊടുംഭീകരൻ!

മൗനത്തിൽ മുഖംതാഴ്ത്തി ഭീതിയോടെ വിഷാദത്തോടെ... ഗ്രാമം!

പിന്നീട് കടന്നുപോയത് കലുഷിതമായ രാത്രികൾ, പകലുകൾ!!

ശ്യാമിന്റെ ബന്ധുക്കൾ, പരിചയക്കാർ പോലും പൊലീസിന്റെ നിരന്തരമായ നിരീക്ഷണത്തിൽ. സ്റ്റേഷനിൽ വിളിപ്പിച്ച് ചോദ്യം ചെയ്തുവരുന്നു. എപ്പോഴാണ് ആരെയാണ് ആരുടെ വീട്ടിലാണ് പൊലീസിന്റെ ബൂട്ട്സിന്റെ ശബ്ദം ഉയരുക?

ഓരോരുത്തരും ഭയത്തോടെ ചിന്തിക്കുന്നത് ആ ഒരു കാര്യം മാത്രമാണ്.

ഞാൻ ഓർത്തു, ദിവസങ്ങളായിട്ടും നൊമ്പരത്തിന്റെ ചുഴിയിൽ പെട്ട് ആരോരുമില്ലാതെ കഴിയേണ്ടിവരുന്ന ഒരമ്മയെ...

ഞാൻ സതീശനോട് പറഞ്ഞു.

"ശ്യാമിന്റെ അമ്മയെ കാണണം. നീ കൂടെ വരുന്നോ?"

"ജയാ... അതു വേണോ?"

"വേണം. നീ വരണം."

സതീശനും എന്റെ കൂടെ വന്നു.

ഇടവഴിയിലൂടെ നടന്നു ഉയരമുള്ള കോണികയറി അവരുടെ വീട്ടിലെത്തി. മുറ്റത്ത് നിന്നു നോക്കുമ്പോൾ വീട് പൂട്ടിയിരിക്കുന്നതുപോലെയാണ് തോന്നിയത്. പുറംവാതിൽ മാത്രമല്ല ജനലുകളും അടച്ചിട്ടിരിക്കുന്നു.

ഞാൻ കോലായിലേക്ക് കയറുന്ന ഒതുക്കുകല്ലിൽനിന്ന് വിളിച്ചു.

"ശാരദാമ്മേ... ശാരദാമ്മേ... ജയനും സതീശനുമാണ്."

കുറച്ചുനേരം കഴിഞ്ഞപ്പോൾ ജനൽപാളികൾ തുറന്നു. അവർ പുറത്തേക്ക് നോക്കിയപ്പോൾ ഞങ്ങളെ കണ്ടു.

അവർ വിതുമ്പുകയായിരുന്നു. കരഞ്ഞുകലങ്ങിയ കണ്ണീർ കുതിർന്ന മുഖത്ത് നിർവ്വികാരതയുടെ വടുക്കൾ...

ഞങ്ങൾ കോലായിൽ കയറി. അവരെ നോക്കുകമാത്രം ചെയ്തു. ഞാൻ എന്തോ പറയുവാൻ തുടങ്ങുകയായിരുന്നു. പക്ഷേ, ഒരു വേള... തേങ്ങലുകൾക്കിടയിൽ അവർ വിങ്ങിപ്പൊട്ടുന്നുണ്ടായിരുന്നു.

അല്പനേരത്തെ മൗനം കനത്ത നിമിഷങ്ങൾക്ക് ശേഷം വേദനയോടെ, ആത്മഗതം പോലെ...

"കേട്ടത് ശരിയെങ്കിൽ ഞാനവനെ പ്രസവിച്ചിട്ടില്ല. അവന്റെ അമ്മയുമല്ല ഞാൻ."

ഞങ്ങൾ നിശ്ശബ്ദരായി നിന്നു.

"ചത്താൽ മണ്ണിനടിയിലാക്കാൻ നിങ്ങളാരെങ്കിലുമുണ്ടാകുമല്ലോ...?"

അവർ ജനൽപാളികൾ അടച്ച് കുറ്റിയിട്ടുകളഞ്ഞു.

ശ്യാമിന് എന്താണ് വേണ്ടിയിരുന്നത്?

ഈ ഗ്രാമത്തിലെ മണ്ണും മനുഷ്യനും എന്തപരാധമാണ് അവനോട് ചെയ്തിരുന്നത്?

അവൻ എന്തിനാണ് നാടിന്റെ ഒറ്റുകാരനായത്.

ഞാനും സതീശനും പതുക്കെ മുറ്റമിറങ്ങി കോണിയിറങ്ങി ഇടവഴിയിൽ ഇറങ്ങി. ഞങ്ങളുടെ നാവുകൾക്ക് ചലിക്കാൻ കഴിയാത്തവിധം എന്തോ ഒന്ന് തൊണ്ടയിൽ ഒട്ടിപ്പിടിച്ച് കിടക്കുകയായിരുന്നു.

തിരിച്ചറിവ്

തറികളുടെയും റാട്ടിന്റെയും ശബ്ദമുയരുന്ന വാതാരിയിലൂടെ നടന്നുപോകുമ്പോൾ എന്റെ നടത്തത്തിന്റെ താളം തന്നെ മാറുമായിരുന്നു. പതിവായി കേൾക്കാറുള്ളതാണെങ്കിലും ആ ശബ്ദത്തിന് ഒരു പ്രത്യേക സുഖമുണ്ടായിരുന്നു.

അങ്ങോട്ട്ക്ക് ഇങ്ങോട്ടുക്ക്

നടുക്കെകൂട്ടെ ഞാമ്പോട്ടെ...

അങ്ങനെയൊരു താളം മനസ്സിലിട്ടു നുണഞ്ഞു കൊണ്ടാണ് ഞാനതുവഴി നടന്നുപോകാറുള്ളത്.

ഗ്രാമം ഉണരുന്നത് തറികളുടെയും റാട്ടിന്റെയും ശബ്ദത്തോടൊപ്പമാണ്.

ധനുമാസം പിറന്ന് പത്ത് നാൾ കഴിഞ്ഞാൽ ധനുപ്പത്തായി. കടവിനപ്പുറത്തെ ഗണപതി ക്ഷേത്രത്തിൽ മണ്ഡല മഹോത്സവം. ഭക്തി നിർഭരതയുടെ നിറവിൽ മേളപ്പൊലിമയിൽ അലിഞ്ഞു നുരയുന്ന രാപ്പകലുകൾ.

അഭിഷേകം, തായമ്പകമേളം, തേങ്ങാമുട്ട്, വാളെഴുന്നള്ളത്ത് ഉറഞ്ഞു തുള്ളി അരുളപ്പാടുമായി വരുന്ന കോമരങ്ങൾ....

ഒട്ടേറെ ചടങ്ങുകളുമായി നീണ്ടുപോകുന്ന മണ്ഡലമഹോത്സവം ആ ഗ്രാമത്തിൽ ഒത്തുചേരലിന്റെ സുദിനം കൂടിയാണ്.

എല്ലാ ജാതിക്കാർക്കും ഒത്തുചേരാവുന്ന ഒരിടം. പക്ഷേ, ക്ഷേത്രസന്നിധിയിൽ വ്രത വിശുദ്ധിയുള്ളവർക്ക് മാത്രം പ്രവേശനം. പുരുഷന്മാർ ക്ഷേത്രനടയിലും അരയാൽത്തറയിലുമാണ് ചെന്നിരിക്കുക. സ്ത്രീകൾ പൈതലുചെട്ട്യാരുടെ പൊരയുടെ വടക്കേക്കോണിലെ കോണിക്കലും

തീണ്ടുമ്മലുമായിട്ടാണ് ഉണ്ടാവുക.

ജാതി നോക്കാതെ ഭക്തജനങ്ങൾ ദൈവത്തിനായി പട്ടും വെളിച്ചെണ്ണയും തേങ്ങയും ധാന്യവും നല്കിവരുന്നു.

ഭഗവതീ രക്ഷിക്കണേ...

ഞാൻ അച്ഛന്റെ കൂടെ ധനുപ്പത്ത് നാളിൽ ഉത്സവക്കാഴ്ചകൾ കാണുവാൻ പോയി. ക്ഷേത്രനടയിലേക്കുള്ള വാതാരിയിൽ ഭക്തജനങ്ങളുടെ തിരക്കുണ്ട്. നടയിലും അരയാൽത്തറയിലും ചെമ്പകത്തറയിലും നാട്ടുകാരും പുറംനാട്ടുകാരും തിങ്ങിനിറഞ്ഞിരിപ്പാണ്.

ക്ഷേത്രത്തിലെ ഓരോ ചടങ്ങുകൾ കലാശമൊപ്പിക്കുമ്പോൾ കതിനവെടിപൊട്ടും. ചെണ്ടകൊട്ടിന്റെയും ജനാരവത്തിന്റെയുമിടയിൽ ഭൂതലം തന്നെനടുങ്ങുമാറുച്ചത്തിൽ ഒന്നിന് പിറകെയൊന്നായി കതിനപൊട്ടി. മൂന്നുവട്ടം.

മുന്നറിയിപ്പില്ലാതെ ഉഗ്രശബ്ദം കേട്ടപ്പോൾ നടുങ്ങിപ്പോയി. ഞാനച്ഛന്റെ കൈയിൽ മുറുകെപ്പിടിച്ചു. എവിടെ നിന്നാണ് കതിന പൊട്ടിയത്?

എന്റെ കണ്ണുകൾ പരിസരമാകെ പരതി. ക്ഷേത്രത്തിന്റെ വടക്കേ പറമ്പിലെ രാമന്റെ തെക്കുഭാഗത്തെ വട്ടപ്പിലാവിന്റെ ചുവട്ടിൽ നിന്നാണ് പുകയുയരുന്നത്. ഞാൻ ഇനിയും കതിന പൊട്ടുമോ എന്നു വിചാരിച്ച്, പുകച്ചുരുളുകൾ ആകാശത്തിലേക്കുയരുന്ന ദൃശ്യത്തിൽ ലയിച്ചുനില്ക്കുമ്പോൾ അതാ കടന്നൽക്കൂട്ടം പറക്കുംപോലെ കുട്ടികളെല്ലാം ക്ഷേത്രത്തിന്റെ കോണിക്കലേക്ക് ഓടിച്ചെല്ലുന്നു. എല്ലാം തിയ്യപ്പിള്ളേരാണ്.

ക്ഷേത്രകവാടത്തിന്റെ കോണിക്കല്ലിൽ മുകളിലത്തെ പടിയിൽ ബാലൻ ചെട്ട്യാർ കൈയിലൊരു പുത്തൻ ചൂരൽ മുറവുമായി നില്ക്കുന്നു. അയാൾ മുറത്തിൽനിന്നും ഏതോ വസ്തു കുട്ടികളുടെ നീട്ടിപ്പിടിച്ച കൈകളിലിട്ടുകൊടുക്കുകയാണ്. അവിടെ കുട്ടികളുടെ വലിയ ബഹളവും തിക്കും തിരക്കുമാണ്.

അത് എന്താണ്?

എനിക്ക് മനസ്സിലായില്ല. അച്ഛന്റെ കൈ പിടിച്ചാണ് ഞാൻ നില്ക്കുന്നത്. അച്ഛൻ അടുത്തുള്ള ഗോവിന്ദേട്ടനോട് സംസാരിക്കുകയാണ്.

ആ കോണിക്കല്ലിലെ ബഹളത്തിലേക്ക് ഓടിച്ചെല്ലാനും അതെന്തെന്നറിയാനും ആഗ്രഹമുണ്ടായിരുന്നു. എന്റെ ആകാംക്ഷ വർദ്ധിച്ചു.

“എന്തെല്ലാ അച്ചുവേട്ടാ... നേരത്തെ വന്നോ...?” ആരോ അച്ഛനോട് ലോഗ്യം പറയുകയാണ്. ഞാൻ ആളിനെ നോക്കി. അദ്ദേഹം എന്നെ നോക്കി ചിരിച്ചു.

“മോന് ഗണപതിക്ക് നേദിച്ച ഉണ്ണിയപ്പം വേണ്ടേ... അതാണ് അവിടെ കുട്ടികൾക്ക് കൊടുക്കുന്നത്.” അയാൾ ചോദിച്ചു.

ഞാൻ അദ്ദേഹത്തെ നോക്കി. എന്റെ കണ്ണിൽ ആഗ്രഹം തളംകെട്ടി

നിന്ന് തുളുമ്പുന്നുണ്ടായിരുന്നു.

ഞാൻ വേണമെന്ന് തലയാട്ടി.

“ഇവ്ടെത്തന്നെ നില്ക്ക്. ഞാൻ കൊണ്ടത്തരാം.” അയാൾ പോയി. ഞാൻ അച്ഛന്റെ കൈപിടിച്ച് അവിടെത്തന്നെ നിന്നു.

അല്പം കഴിഞ്ഞപ്പോൾ ഒരു വാട്ടിയ നാക്കിലക്കുമ്പിളിൽ കുറേ ഉണ്ണിയപ്പം പൊതിഞ്ഞുകൊണ്ടുവന്ന് തന്നു. വെളിച്ചെണ്ണയുടെയും ശർക്കരയുടെയും പഴത്തിന്റെയും മണം പരത്തുന്ന ഗണപതിയുടെ അപ്പം.

എനിക്കുണ്ടായ സന്തോഷത്തിന് അതിരില്ലായിരുന്നു. അതിലേറെ അഭിമാനവും.

ക്ഷേത്രക്കോണിയിൽനിന്ന് ഗുസ്തി പിടിച്ചവർക്ക് കിട്ടിയത് ഓരോ ഉണ്ണിയപ്പം മാത്രം. എന്നാൽ എനിക്ക് കിട്ടിയത് നല്ലമണവും ചൂടുമുള്ള ഒരുപാടെണ്ണം.

അദ്ദേഹം ചിരിച്ചുകൊണ്ട് നടന്നുപോകുമ്പോൾ ഞാൻ അച്ഛനോട് ചോദിച്ചു.

“അച്ഛാ... അതാരാ...?”

“അത് കേളു. കേളപ്പൻ എന്നാ ശരിക്കും പേര്.”

“അദ്ദേഹമെവിടെയാ...?”

“ഇവിടെത്തന്നെ. വാതാരീന്റെ അപ്പുറത്ത് നിരത്തും വക്കത്തെ പുരയിലെ കേളപ്പൻ. ഇഞ്ഞി ഇതുവരെ കേളപ്പനെ കണ്ടിട്ടില്ലാ...?”

ഞാനതുവരെ കണ്ടിരുന്നില്ല. ശ്രദ്ധിക്കാത്തതു കൊണ്ടുമാവാം.

ആ നിരത്തിലൂടെയാണ് ഞാൻ എന്നും സ്കൂളിലേക്ക് പോയിരുന്നത്.

എന്നാൽ ഒരു കാര്യം ഓർമ്മയിൽ വന്നു. ആ നിരത്തുംവക്കിലെ പൊരയുടെ തെക്കേകോലായിലെ തെക്കുഭാഗത്തെ മഗ്ഗത്തിലിരുന്ന് നല്ല രാഗത്തിൽ ഉച്ചത്തിൽ ഒരാൾ പാടിക്കൊണ്ടാണ് നെയ്തിരുന്നത്.

“കായലരികത്ത് വലയെറിഞ്ഞപ്പോൾ...” എന്ന പാട്ട് ആദ്യം കേട്ടത് ആ... ഇരുത്തപ്പലയിൽ പുറംതിരിഞ്ഞിരിക്കുന്ന ആളിൽ നിന്നാണ്. ഒരശരീരി പോലെ...

അന്നത്തെ പരിചയത്തിനു ശേഷം കേളപ്പനെ കണ്ടാൽ ബഹുമാനവും ആദരവും പ്രകടിപ്പിക്കുമായിരുന്നു.

കേളപ്പേട്ടൻ! ആ പേര് ഞാൻ മനസ്സിൽ സ്നേഹാദരവോടെ സൂക്ഷിക്കുകയും ചെയ്തു.

കേളപ്പന് ഒത്ത തടിയാ. ഒത്ത ഉയരവും. വെളുത്ത ചുവന്ന നിറം. കാതിൽ ചുവന്നകല്ലുള്ള കുടക്കടുക്കൻ... നാലും കൂട്ടി മുറുക്കിച്ചുവപ്പിച്ച് നില്ക്കുന്ന ആ ദേഹത്തെ കാണുന്നത് തന്നെ ഒരു ചന്തമാണ്; ആരും അത് സമ്മതിക്കേണ്ടി വരും.

ഒരു ലുങ്കിയുടുത്തുകൊണ്ടാണ് പണിയെടുക്കുന്ന നേരത്ത് കേളപ്പനെ കാണുക. എന്നാൽ ഒരു യാത്രയ്ക്കൊരുങ്ങുമ്പോൾ കേളപ്പന്റെ

സ്റ്റൈലാകെ മാറുമായിരുന്നു.

അലക്കിത്തേച്ച് മടക്കിയ മൽമലിന്റെ മുണ്ടും ഡാഗയുടെ വെളുത്ത് നേർത്ത ജുബ്ബയും. തലയിൽ കസവുകര വെച്ച വേഷ്ടികൊണ്ട് ഒരു വട്ടക്കെട്ടും.

കേളപ്പനെ ആ കാഴ്ചയിൽ കണ്ടാൽ ആരുംപറയും 'നല്ല ജന്മിത്ത'മുണ്ടെന്ന്.

മഴ പോയി മാനം തെളിഞ്ഞ കാലത്ത്, ഒരു മദ്ധ്യാഹ്നവേളയിൽ കേളപ്പൻ വലിയ തോടുംകടന്ന് ചമ്പാട്ട് പുഞ്ചയും മുറിച്ചു കടന്ന് പാണ്ടിവയലിലൂടെ പന്തേക്കാവിലെ തിറയാട്ടത്തിന് പോയി.

കാവിലെത്തുക മാത്രമല്ല കേളപ്പന്റെ ഉദ്ദേശ്യം. പന്തക്കലെ കള്ളുഷാപ്പിൽനിന്ന് ശരിക്കൊന്ന് വീശണം. മയ്യഴിപ്പുഴയിൽനിന്ന് പിടിക്കുന്ന കടുങ്ങാലി മുളകിട്ട് വരട്ടിയതും കപ്പപ്പുഴുക്കും കൂട്ടി നന്നായൊന്ന് ആഞ്ഞ് പിടിക്കണം.

മുമ്പ് പലപ്രാവശ്യം കേളപ്പൻ ആ ഷാപ്പിൽനിന്ന് കള്ള് കുടിച്ചിട്ടുണ്ടായിരുന്നു.

കുറേനാളായി കരുതിവെച്ച ആഗ്രഹമാണ്.

വയലിന്റെ നെടുവരമ്പിലൂടെ നടന്ന്, കുനിത്തലക്കലേക്ക് കയറി കവുങ്ങിൻ കൂട്ടത്തിലൂടെ ഷാപ്പിന്റെ സിമന്റ് കോണികയറി മുറ്റത്തെത്തിയപ്പോൾ ക്യാഷിലിരിക്കുന്ന വേലായുധൻ എഴുന്നേറ്റ് ചെന്ന് കൈ കൊടുത്തുകൊണ്ട് അകത്തേക്ക് കൊണ്ടുപോയി.

കള്ളു കുടിച്ച് പൂസായിപോകുന്നവരും കുടിച്ചുകൊണ്ടിരിക്കുന്നവരും കുടിക്കാൻ വരുന്നവരും ഈ ദൃശ്യം കണ്ട് അതിശയിച്ചു.

ഇതാരപ്പാ... ഇത്തര വല്യോൻ...?

കേളപ്പനും അത് ഒരു അതിശയമായിരുന്നു.

ആരാണ്? പലരും പരസ്പരം ചോദിക്കുന്നു.

മോന്താലിൽനിന്നും വന്ന കുഞ്ഞാണ്ടിയും കൂട്ടരും കാഷ്യർ വേലായുധനോട് നേരിട്ട് ചെന്ന് ചെവിയിൽ ചോദിച്ചു.

"അതാരാ...?"

"അധികമൊന്നും അറിയില്ല. ആശാനാണ്. ആശാൻ."

"ആശാനോ...?"

"അതെ... കളരിയാശാൻ.. അല്ലാണ്ടാര്?"

ങ്ഹും... ആ നില്പും നടപ്പും നോട്ടവും അത് വിളിച്ചു പറയുന്നുണ്ട്.

"എന്താ പേര്?" കുഞ്ഞാണ്ടി വീണ്ടും പോയി ചെവിയിൽ ചോദിച്ചു.

"ഏതാണ്ട് കുറുപ്പെന്നോ മറ്റോ ആണ് വിളിച്ചിരുന്നത്. എന്നാ..."

"മതി... മതി..." കുഞ്ഞാണ്ടി മറ്റുള്ളവരോടായി പറഞ്ഞു.

"ആർക്കെങ്കിലും എന്തെങ്കിലും മനസ്സിലായോ...?" കുഞ്ഞാണ്ടി ചോദിച്ചു.

"ഇല്ല."

"എന്നാലത് സാക്ഷാൽ കുറുപ്പു തന്നെ. കേട്ടിട്ടില്ലേ. കോമക്കുറുപ്പ്, ഒതേനക്കുറുപ്പ്... അത്താവഴിയിൽപ്പെട്ടതാ... കളരിയഭ്യാസികളുടെ തല മുറയിൽപ്പെട്ടത്."

കേളുക്കുറുപ്പ്!

കുഞ്ഞാണ്ടിയും കൂട്ടരും ഷാപ്പിന്റെ മുറ്റത്തെ കുളിർമാവിൻ ചുവട്ടിൽ ചുറ്റിപ്പറ്റി നിന്നു. കുറുപ്പാശാനുമായി ഒന്ന് പരിചയപ്പെടണം. ഇനിയും കണ്ടുമുട്ടുമ്പോൾ അതൊരു പരിചയമായി കൊണ്ടുനടക്കാമല്ലോ!

കുഞ്ഞാണ്ടിയും കൂട്ടരും വട്ടംകൂടി നിന്ന് നേരം കൊല്ലുകയാണ്.

കേളപ്പൻ അകത്തിരുന്നു നന്നായി വീശുകയാണ്. ഒഴിഞ്ഞ കുപ്പികളുടെ എണ്ണവും മുളകിട്ട് വരട്ടിയ കടുങ്ങാലിക്കൂട്ടാന്റെ പ്ലേറ്റിന്റെ എണ്ണവും കേളപ്പന്റെ മുമ്പിൽ വർദ്ധിച്ചു.

കേളപ്പൻ നല്ല പൂസിലായി. പുറത്തിറങ്ങുമ്പോൾ കാലിന് ഉറപ്പു കുറയുന്നു. കണ്ണുകൾ ചിമ്മിയടഞ്ഞുപോകുന്നു.

കേളപ്പൻ പുറത്തിറങ്ങി ചുറ്റും നോക്കി. ചിലർ കേളപ്പനെ നോക്കി കൈകൂപ്പി നമസ്കാരം പറയുന്നു. കേളപ്പൻ അതത്ര ഗൗനിച്ചിട്ടില്ല.

തന്റെ തലയിൽ കെട്ടിയ വട്ടക്കെട്ട് അഴിച്ചെടുത്ത് നിവർത്തി വീശി വീണ്ടും വലിച്ച് മുറുക്കിക്കെട്ടി. ഷാപ്പിലെ കണക്ക് തീർത്ത് കുഴയുന്ന കാലും ഉലയുന്ന ശരീരവുമായി സ്വയം നിയന്ത്രിച്ച് ഷാപ്പിന്റെ ഒതുക്ക് കല്ലിറങ്ങുമ്പോൾ കേളപ്പൻ ചോദിച്ചു.

"തീപ്പെട്ടി ഉണ്ടോടേയ്...?"

"ഉണ്ടേയ്."

ഒരാൾ തീപ്പെട്ടിയുമായി കേളുവിനെ സമീപിച്ചു.

കേളപ്പൻ അരയിൽ തിരുകിയ ബീഡിക്കെട്ടിൽനിന്നും ഒന്നെടുത്ത് ചുണ്ടിൽ വെക്കാനൊരുങ്ങുമ്പോൾ അതാ ഒരു കൈ നീളുന്നു. കേളപ്പന്റെ മുഖത്തിന് നേരെ.... കേളപ്പൻ ഒരു നിമിഷം ഒന്നുപതറി. കൈ വന്ന ഭാഗത്തേക്ക് നോക്കി.

"എന്തടേയ് അത്?"

"അതൊരു സിഗരറ്റാണേ..."

കേളപ്പൻ ബീഡി ചുണ്ടിൽനിന്നെടുത്ത് ചെവിക്കുറ്റിയിൽ സൂക്ഷിച്ചു. സിഗരറ്റ് വാങ്ങി ചുണ്ടിൽ വെച്ചു. അപ്പോഴേക്കും ആരെല്ലാമോ തീപ്പെട്ടിക്കൊള്ളി കത്തിച്ച് ചുണ്ടിലെ സിഗരറ്റിന് തീ പിടിപ്പിച്ച് കഴിഞ്ഞിരുന്നു. പുകച്ചുരുളുകൾ ആകാശത്തിൽ വിട്ടുകൊണ്ട് അയാൾ ഒരു പ്രഖ്യാപനം നടത്തി.

"ഈയുള്ളവന് ഈ ഭൂമിമലയാളത്തിലെവിടെപ്പോയാലും ആളാ... ചങ്ങാതിമാരായിട്ട് ഒരു പടയാ..."

ഒതുക്ക്കല്ലിറങ്ങി മുറ്റത്തെത്തി നടവഴി നടന്നു കോണിയിറങ്ങി. പട പോലെ കുഞ്ഞാണ്ടിയും കൂട്ടരും.

"കുറുപ്പാശാൻ ഒറ്റയ്ക്ക് പോകേണ്ട. കുറച്ചകലെവരെ ഞങ്ങൾ കൂട്ടി നുണ്ട്."

കേളപ്പന് അതിശയം. അഭിമാനവും വർദ്ധിച്ചു.

കുടിച്ച കള്ളിന്റെ പുളിച്ച തികട്ടലുകൾ.

നുരഞ്ഞുപൊള്ളുന്ന ലഹരിക്കൊപ്പം ചില വീമ്പ് വർത്തമാനങ്ങളും. കാതോർത്ത് പിൻപറ്റി നടക്കുന്ന കുഞ്ഞാണ്ടിയും കൂട്ടരും പന്തോക്കാവിലെ ഉത്സവപ്പറമ്പിലെത്തി.

കുറുപ്പാശാന്റെ നേതൃത്വത്തിൽ ഒരു കൊച്ചു ജാഥ!

പുരുഷാരം നിറഞ്ഞ ഉത്സവപ്പറമ്പ്.

മുറുകിയ ചെണ്ടമേളത്തിന്റെ ചടുലതാളത്തിൽ നിറഞ്ഞു കത്തുന്ന നെയ്വിളക്കിന്റെ പ്രകാശധാരയിൽ ഉറഞ്ഞാടുന്ന ഭഗവതിത്തെയ്യം.

കേളപ്പൻ തലയിൽ കെട്ടിയ തോർത്ത് അഴിച്ചെടുത്ത് അരയിൽ കെട്ടി ഭഗവതിയെ താഴ്മയോടെ തൊഴുതു.

ക്ഷേത്രമുറ്റത്ത് തിങ്ങിനിറഞ്ഞവർ ഈ ദൃശ്യം കണ്ട് പരസ്പരം ചോദിച്ചു.

ആരാണീ പരമഭക്തൻ?

തൊഴുത് നിന്നതിനുശേഷം നിവർന്നു നിന്ന കേളപ്പൻ ചെണ്ടയുടെ മുറുകിയ താളത്തിനൊത്ത് വലതുകാൽ വെച്ച് ഭഗവതിത്തെയ്യത്തോടൊപ്പം ആടിത്തുടങ്ങി. കുഞ്ഞാണ്ടിയും കൂട്ടരും കുറുപ്പാശാനോടൊപ്പം പങ്കുചേർന്നു ആവുന്നപോലെ ആടിത്തുടങ്ങി. ക്ഷേത്രമുറ്റം നിറയെ ആട്ടക്കാരായി മാറി. കാണികളായ ഭക്തർ പിറകോട്ടുപോയി. ഭഗവതിത്തെയ്യത്തിനും ആടാൻ ഇടമില്ലാതായി.

ഭഗവതി മാറിനിന്നു.

പള്ളിയറയിൽനിന്ന് എമ്പ്രാന്തിരി ഇറങ്ങിവന്നു ആട്ടക്കാരെ തടുത്തു. പുറത്തിറങ്ങാൻ നിർബ്ബന്ധിച്ചു.

തിളച്ചുമറിയുന്ന ലഹരിയിൽ വിലക്കുകളൊന്നും ഏശുന്നില്ല. ഭഗവതിത്തെയ്യം പള്ളിയറമൂലയിൽ ഒതുങ്ങി നിന്നു. ഇപ്പോൾ പീഠത്തിന്മേലാണ് കേളപ്പൻ. ചെണ്ടമേളക്കാർ കൊട്ടു നിർത്തി. എന്നിട്ടും ആശാന്റെയും കൂട്ടരുടെയും തിമിർത്താടുന്ന കൂടിയാട്ടം തുടർന്നു.

ക്ഷേത്രഭാരവാഹികൾ ഇടപെട്ടുവെങ്കിലും ആട്ടം നിർത്താനായില്ല. താണുകേണു പറഞ്ഞിട്ടും കേളപ്പനും കൂട്ടർക്കും കുലുക്കമില്ല. ആവേശം പെരുതായി വരികയും ചെയ്തുകൊണ്ടിരുന്നു.

ക്ഷേത്രത്തിലുള്ളവർ അന്തംവിട്ട് നോക്കിനിന്നു. ചിലർ സഹികെട്ട് ഇളകിവശരായി.

"ആരുമില്ലെടേയ് ഇവറ്റകളെ നിലയ്ക്ക് നിർത്താൻ." ജനക്കൂട്ടത്തിൽ നിന്നും ആരോ ഉറക്കെ ചോദിച്ചു.

"പതിനാലു കളരിക്കാശാനായ കുറുപ്പാശാന്റോടാ കളി?"

കുഞ്ഞാണ്ടി തിരിച്ചടിച്ചു.

"ഉസിരുള്ളോരുണ്ടെങ്കിൽ വരിനെടാ..."

അതൊരു വെല്ലുവിളിയായി മാറി.

തലായി കടപ്പുറത്തെ കുട്ട്യപ്പ ആളുകൾക്കിടയിലൂടെ നുഴഞ്ഞുവന്നു. പീഠത്തിലാടുന്ന ആളിനെയൊന്ന് നോക്കി.

"ആരിത്...? എടാ കേളപ്പാ" ഫൂ... അയാൾ നീട്ടിത്തുപ്പി. കുട്ട്യപ്പയുടെ കൈകൾ മേലോട്ടുയർന്നു പൊങ്ങുന്നത് കണ്ടവരുണ്ട്.

ആരും അത്രയ്ക്കങ്ങ് വിചാരിച്ചിരുന്നില്ല.

കുറുപ്പാശാൻ ക്ഷേത്രമുറ്റവും കടന്ന് താഴെത്തൊടിയിലാണ് ചെന്നു വീണത്. ഒരു കോറമുണ്ട് ചുരുട്ടി വലിച്ചെറിഞ്ഞതുപോലെ... നിലംതൊടാതെ ആശാൻ ചെന്ന് പതിച്ചതു കണ്ടപ്പോൾ കുഞ്ഞാണ്ടിയും കൂട്ടരും ആൾക്കൂട്ടത്തിനിടയിൽനിന്നും മുങ്ങി തെക്കോട്ടോടി. മോന്താക്കടവിലേക്കൊരു എളുപ്പ വഴിയുണ്ടെന്ന് കൂട്ടത്തിലൊരാൾക്ക് അറിയാമായിരുന്നു.

കേളപ്പൻ കുറച്ചുനേരം വീണേടത്ത് തന്നെ വിശ്രമിച്ചു. പിന്നീട് മണ്ണിൽനിന്നും പതുക്കെ എഴുന്നേറ്റു. ഉടുമുണ്ട് വാരിച്ചുറ്റി. തലയിൽ കെട്ടിയ രണ്ടാംമുണ്ടിന് ചുറ്റുംനോക്കി. കണ്ടില്ല. മേല് പുരണ്ട ചെളിയും മണ്ണും ഉടുത്ത മുണ്ട് കൊണ്ട് തുടച്ചു.

ഊന്നിപ്പിടിച്ചെഴുന്നേറ്റുനിന്നു.

"കേളപ്പനെ തല്ലി, ങ്ഹാ... കേളപ്പൻ തല്ലുകൊള്ളും... പക്ഷേങ്കില് ന്റെ മേല് കൈ വെച്ച... യീന്റെ മക്കളോർത്തോ... ന്റെച്ഛൻ... തെരുവിലെ ചെട്ട്യാരാണെങ്കിൽ പകരം ഞാൻ ചോദിക്കും. ങ്ഹാ..."

പറഞ്ഞു മുഴുമിപ്പിച്ചില്ല.

കൂട്ടംകൂടി നിന്നവർക്ക് കൂടുതലൊന്നും ആലോചിക്കാനുമുണ്ടായിരുന്നില്ല. കുറേ കൈയുകൾ കേളപ്പനെ ആപാദചൂഡം നന്നായി പെരുമാറി. ആൾക്കൂട്ടം ആശാന്റെ ദേഹത്ത് കളരി കെട്ടി.

ചത്തില്ല; പാകത്തിലാക്കിയിരിക്കുന്നു. ഉത്സവപ്പറമ്പിലെ ജനങ്ങൾ അഭിപ്രായപ്പെട്ടുകൊണ്ട് ഊടുവഴിയിലൂടെ നടന്നു.

മയ്യഴിയിൽനിന്നും പൊലീസു വന്നു.

ആംബുലൻസ് വരുത്തി ആശുപത്രീല് കൊണ്ടുപോയി.

ഒരാഴ്ച കഴിഞ്ഞതിനുശേഷം എഴുന്നേറ്റ് നാല് ചവുട്ടടി നടന്നു.

വിശ്രമം ബാക്കി വീട്ടിലാക്കാമെന്ന് ഡോക്ടർ പറഞ്ഞപ്പോൾ അതനുസരിച്ചു.

കേളുക്കുറുപ്പെന്ന് വിളിച്ചവരോട് കേളപ്പൻ പിണങ്ങി. മുഖം തിരിച്ചു.

കേളു ആശാനെന്ന് വിളിച്ചവരോട് കലിതുള്ളി കാറിത്തുപ്പി.

കേളുക്കുറുപ്പാശാൻ എന്ന് വിളിച്ച് കുശലം ചോദിച്ചവരോട് കേളപ്പൻ പറഞ്ഞു.

"....യിന്റെ മക്കളെ ന്റച്ഛൻ... ചെട്ട്യാരിട്ട പേരുണ്ടെനിക്ക്. അത് വിളിച്ചാമതി."

"കേളപ്പൻ എന്ന് വിളിക്കാൻ പറ്റുന്നോൻ വിളിച്ചാമതി... അല്ലാത്തോരന്റെ മുമ്പീല് നില്ക്കണ്ട. പോയ്ക്കോളീന്റെ മുമ്പീന്ന്.."

വികസന പാതകൾ

ആകാശം തൊടാൻ കൂറ്റേരിക്കുന്നിന്റെ നെറുകയിൽ കയറിയാൽ മതിയെന്ന് പറഞ്ഞത് ദാസപ്പനായിരുന്നു. ദാസപ്പനന്ന് തെക്കേക്കരയ്ക്ക് ബീഡിപ്പണിക്കാണ് പോയിരുന്നത്.

ഞങ്ങൾ കുട്ടികൾ സ്കൂളിൽനിന്ന് പാടവരമ്പിലൂടെ നടന്നു നീങ്ങുമ്പോൾ മാനം മുട്ടിനില്ക്കുന്ന കുന്ന് ഞങ്ങൾക്ക് ഒരതിശയമായിരുന്നു.

ആ കുന്നിൽ നിന്നാണ് കുന്നരുപ്പുഴയും അരുവികളും ഉണ്ടാകുന്നതെന്നും കാർമേഘങ്ങൾ കുന്നിനെ ഉമ്മവെച്ചുരസിപ്പോകുമ്പോഴാണ് മഴ പെയ്യുന്നതെന്നും പറഞ്ഞുതന്നത് ലക്ഷ്മി ടീച്ചറായിരുന്നു.

കുന്ന് ഞങ്ങളിൽ ഒരത്ഭുതമായി വളർന്നു. വൻമരങ്ങളും, വള്ളിപ്പടർപ്പുകളും നിറഞ്ഞ ആ കുന്നിലേക്കുള്ള വഴി കാട്ടുപൊന്തകളും കുണ്ടനിടവഴികളും കരിങ്കൽക്കൂനകളും നിറഞ്ഞതാണ്.

മനുഷ്യനെ അപ്പാടെ പിടിച്ചുതിന്നുന്ന കാട്ടുമൃഗങ്ങളുടെ വിഹാരകേന്ദ്രങ്ങളാണ് ആ കുന്ന് എന്ന് അറിഞ്ഞതോടെ, കുന്നിലേക്ക് നോക്കി നടക്കുമ്പോൾ ചില്ലറ ഭീതിയും ഉടലെടുത്തുതുടങ്ങി.

രാത്രിയുടെ നിശ്ശബ്ദതയിൽ സകലതിനേയും ഭീതിപ്പെടുത്തി പാതാളഗഹ്വരം വരെ കേൾക്കാവുന്ന ഉച്ചത്തിൽ കൂവുന്ന കാലൻ കോഴിയുടെ താവളം കൂറ്റേരിക്കുന്നിന്റെ ഉച്ചിയിലെവിടെയോ ആണെന്ന് ഞങ്ങൾ അറിഞ്ഞത് മുത്തശ്ശിയിൽനിന്നാണ്. പലതരം കൊക്കുകളും വവ്വാലുകളും കാട്ടുചെമ്പോത്തും അങ്ങനെ പേരറിയാത്ത പറവക്കൂട്ടങ്ങളും കൂടുകൂട്ടുന്നതും കൂറ്റേരിക്കുന്നിലാണ്. ഇവയ്ക്കെല്ലാം കുഞ്ഞുങ്ങളുണ്ടാകുന്നതും കൂറ്റേരിക്കുന്നിലാണ്.

ഋതുഭേദങ്ങളിലൂടെയും പരിണാമ പരിക്രമങ്ങളിലൂടെയും കാലം കറുക്കുകയും വെളുക്കുകയും ചെയ്തപ്പോൾ നാടിനും ജീവിതത്തിനും പുതിയ

മുഖച്ഛായകൾ വന്നുകൊണ്ടിരുന്നു.

കണ്ണെത്താത്ത ദൂരം പരന്നു കിടന്ന വയലിനെ നെടുകെ വിഭജിച്ച തുപോലെ ഒരു ചെമ്മൺ റോഡ് നിർമ്മിച്ചത് ഏവർക്കും ഒരാശ്വാസമായി.

അന്ന് കുട്ടികളായ ഞങ്ങൾക്കും സന്തോഷമായിരുന്നു.

വിശാലമായ പച്ചപ്പാടത്തിന് കുറുകെയായി പണിത പുതിയ റോഡ് വികസനത്തിന്റെ പ്രഥമ പ്രതീകമായിരുന്നു.

വിത്തും വളവും മറ്റു സാധനങ്ങളുമെത്തിക്കാൻ ഇനി തലച്ചുമടു വേണ്ട; വാഹനത്തിലാണ് എളുപ്പം. റോഡ് വന്നത് വലിയ സൗകര്യമായി എന്ന് പലരും വാഴ്ത്തിപ്പറഞ്ഞു.

പഴം പച്ചക്കറികളുടെ വിളവെടുപ്പ് കാലത്തും നെയ്യ് വിളഞ്ഞു പാകമായി കൊയ്തെടുത്തുകഴിഞ്ഞാലും ആ വക ഉല്പന്നങ്ങൾ പട്ടണങ്ങളിലെത്തിക്കാനും കളത്തിലെത്തിക്കാനും റോഡും വാഹന സൗകര്യവും വന്നപ്പോൾ ഏവർക്കും സന്തോഷമായി.

കുന്നിന്റെ അടിവാരം വരെ റോഡ് വന്നെത്തിയപ്പോൾ ഞങ്ങൾ കുട്ടികളാണേറെ സന്തോഷിച്ചിരുന്നത്.

ഒരു നാൾ കുന്നു കയറാൻ പോകണം. ഒറ്റയ്ക്കല്ല, സഹപാഠികളെല്ലാം ചേർന്നു സംഘമായിട്ട്. കൊച്ചുന്നാളിലേ ഓമനിച്ചുകൊണ്ടു നടന്ന ഒരു മോഹം!

പക്ഷേ, ആശയും മോഹങ്ങളുമെല്ലാം ഞങ്ങളുടെ പുസ്തകത്താളിലൊളിപ്പിച്ച മയിൽപ്പീലിത്തുണ്ട് പോലെയായിരുന്നു.

കാലം കടന്നുപോയി.

പത്താംതരത്തിലെ അവസാനത്തെ പരീക്ഷയും കഴിഞ്ഞു. ഇനി പരീക്ഷാഫലം വരുന്നതുവരെ വിശ്രമം. റിസൽട്ട് വരാൻ ഇനിയും ദിവസങ്ങളുണ്ട്.

നീണ്ട ഒഴിവുദിനങ്ങളാണ് മുന്നിൽ.

ഇനി കുന്നുകയറാൻ ഒരു തടസ്സവുമില്ല. ഞങ്ങൾ കൂട്ടുകാർ ആലോചിച്ചു.

കൂറ്റേരി കുന്നിലേക്കുള്ള യാത്ര തീരുമാനിച്ച ദിവസം സമാഗതമായി. വയലിന്റെ വടക്കേക്കരയിലെ കൈത്തോടിന്റെ പിന്നിലെ കൈതക്കൂട്ടത്തിനടുത്ത് പടർന്ന് പന്തലിച്ച പഞ്ചാരമാവിന്റെ ചോട്ടിൽ നേരത്തെ തീരുമാനിച്ച പ്രകാരം ഞങ്ങൾ കുട്ടികൾ ഓരോരുത്തരായി വന്നുചേർന്നുകൊണ്ടിരുന്നു.

വെയിൽ മൂത്തു.

കുന്നിന്റെ മുകൾമുടിയിൽ സൂര്യൻ ഒലിച്ചിറങ്ങിയപ്പോൾ അവിടം വെട്ടിപ്പാളി.

നേരമേറെക്കഴിഞ്ഞിട്ടും പ്രസാദ് മാത്രം വന്നില്ല. അവനെന്ത് പറ്റി?

കുറച്ചുനേരം കൂടി കാത്ത് നിന്നപ്പോൾ ഞങ്ങൾക്ക് നിരാശയായി.

പ്രസാദ് പറ്റിച്ചതാണോ?

എങ്കിൽ അങ്ങനെയാവട്ടെ. ബാക്കിയുള്ളവർക്ക് കുന്നുകയറാൻ തിടുക്കമായി. പ്രസാദമില്ലാത്തതുകൊണ്ട് എനിക്കത്രയുത്സാഹം തോന്നിയില്ല.

എന്നാലും ഒപ്പം പോകാതിരിക്കുന്നതെങ്ങനെ?

ഒടുവിൽ ഞങ്ങൾ പോകാൻ തന്നെ തീരുമാനിച്ചു.

പാടവരമ്പിലൂടെ പുതിയ ചെമ്മൺറോഡിലൂടെ.... ഞങ്ങൾ നടന്നുനീങ്ങുമ്പോൾ വഴിയിൽ വെച്ചാണ് ഞങ്ങളതറിഞ്ഞത്.

പ്രസാദിന്റെ...?

പ്രസാദിന്റെ അച്ഛൻ ആശുപത്രിയിൽ ഐ സിയു വിലാണ്. പെട്ടെന്നുണ്ടായ ഒരു നെഞ്ചുവേദന.

“നമുക്കിന്ന് കുന്നുകയറാൻ പോകേണ്ട. പ്രസാദിന്റെ അച്ഛൻ ആശുപത്രിയിൽ കിടക്കുമ്പോൾ...?”

"ശരിയാണ്."

പൊതുവിൽ എല്ലാവരും പോകേണ്ടെന്ന് തന്നെ തീരുമാനിച്ചു.

"ഇന്ന് നമുക്ക് പ്രസാദിന്റെ അച്ഛന്റെ അടുത്ത് ആശുപത്രിയിൽ പോകാം."

പാവം പ്രസാദ്.

ഞങ്ങൾ അന്ന് പ്രസാദിന്റെ അച്ഛന്റെ സുഖവിവരങ്ങൾ അന്വേഷിക്കുവാൻ ടൗണിലെ ആശുപത്രിയിലേക്ക് പോയി.

പത്താം ക്ലാസ് പരീക്ഷാഫലം പുറത്തുവന്നു. നല്ല വിജയം.

അരുൺ, കൺഗ്രാജുലേഷൻസ്.

അഭിനന്ദനങ്ങൾ ഒന്നല്ല ഒരായിരം പലരിൽനിന്നും ലഭിച്ചു.

ഫോൺകോളുകൾ, മെസേജുകൾ!!

പലരും കൂട്ടം തെറ്റി. പഠനം പല സ്ഥലങ്ങളിലായി. കൊച്ചു കൊച്ചു ഒഴിവുകാലങ്ങൾ, പകൽക്കിനാവുപോലെയായി...

തുടർപഠനം അങ്ങു ദൂരെയായി. ഞാൻ ഗ്രാമത്തോട് വിടപറഞ്ഞതു പോലെയാണിപ്പോൾ.

കൂറ്റേരിക്കുന്നും കുന്നരുപ്പുഴയും അരുവികളും പച്ചപുതച്ച നെൽപ്പാടങ്ങളുമെല്ലാം ഓർമ്മകളുടെ വർണ്ണക്കുടകൾ ചൂടി എന്നോടൊപ്പം കൂടെപ്പോന്നിരുന്നു.

ഒരു വർഷം കഴിഞ്ഞു.

മറ്റൊരവധിക്കാലത്ത് ഞാൻ വീട്ടിലെത്തി.

വളരെ കൗതുകം നിറഞ്ഞ ഒരു കാഴ്ച എനിക്ക് കാണുവാൻ കഴിഞ്ഞു.

കുന്നിന്റെ അടിവാരം മുതൽ വലിയ കമ്പക്കയർകൊണ്ട് ചുറ്റിവരിഞ്ഞതുപോലെ ചെമ്മൺറോഡ് കുന്നിന്റെ മുകൾത്തട്ട് വരെ കിടക്കുന്നത് പാടവരമ്പിൽനിന്നും ഞാൻ ഏറെനേരം നോക്കിനിന്നു.

പൊന്തക്കാടുകളും വള്ളിപ്പടർപ്പുകളും പിഴുതെടുത്ത് കുണ്ടനിടവഴികളെയും കരിങ്കൽക്കൂനകളെയും ഇടിച്ചു നിരത്തി റോഡിന്റെ പ്രവൃത്തി ഒരു മാസംകൊണ്ട് പൂർത്തിയാക്കിയിരിക്കുന്നു. എല്ലാവർക്കും എന്ത് മാത്രം സന്തോഷമായെന്നോ!

ഗ്രാമം സന്തോഷിച്ചു.

ഗ്രാമപഞ്ചായത്ത് അഭിമാനിച്ചു.

പാടം മുറിച്ചുകടന്ന് കുന്നിന്റെ ഉയരങ്ങളെ കീഴ്പ്പെടുത്തിയ റോഡിൽ വാഹനഗതാഗതം കൂടിവന്നു.

നമ്മുടെ ഗ്രാമവും വികസിക്കുകയാണ്.

വ്യവസായ വാണിജ്യ സംരംഭകരുടെ വരവിനായി ദല്ലാളന്മാർ വഴി കാട്ടികളായി കാത്തിരുന്നു.

കുന്നിൻമുകളിലെ മരങ്ങൾ വെട്ടിയെടുത്ത് താഴ്‌വാരങ്ങളിലേക്ക് കട ത്തുന്ന ലോറികൾ ഇടതടവില്ലാതെ ഇരമ്പിപ്പാഞ്ഞുകൊണ്ടിരുന്നു.

കുന്നിന്റെ മേൽമണ്ണ് ഇടിച്ച് നിരത്തുകയാണ്. നഗ്നമാകുന്ന കുന്നു കൾ!

കുന്നിന്റെ നഗ്നതയിൽ മുഖംപൂഴ്ത്തി എസ്കവേറ്ററുകൾ രാപ്പകൽ അതിന്റെ അകകാമ്പുകൾ തുരന്നെടുത്ത് കൊണ്ടിരുന്നു.

കുന്നരു എൽ പി സ്കൂളിൽ രാവിലെ അസംബ്ലി നടക്കുകയായി രുന്നു. കുട്ടികൾ പ്രതിജ്ഞ ചൊല്ലി സ്കൂൾ മുറ്റത്ത് നിന്ന് ക്ലാസിലേക്ക് പിരിയാനിരിക്കുമ്പോഴാണ് പെട്ടെന്ന് അത് സംഭവിച്ചത്.

അത്യുഗ്രമായ സ്ഫോടനം!

ഒന്നല്ല... ഒന്നിച്ചൊന്നായി ഒരുപാട് തവണ.

ഒരു സ്ഫോടന പരമ്പര!!

ഓർക്കാപ്പുറത്തുണ്ടായ സ്ഫോടനത്തിന്റെ തീവ്രതയിൽ ഗ്രാമം നടുങ്ങി. വീടുകളിലും തൊഴിലിടങ്ങളിലും ആളുകൾ ഭയവിഹ്വലരായി.

കുന്നരു എൽ പി സ്കൂളിലെ കുട്ടികൾ ഞെട്ടിത്തെറിച്ചു വീണു പോയി. കാതടപ്പിച്ചുകളഞ്ഞ, നെഞ്ചിടിപ്പേറ്റിയ ശബ്ദം.

കുട്ടികളുടെ ശ്വാസഗതിയുടെ താളം തെറ്റിച്ചു. ഗ്രാമം അന്നേവരെ കേട്ടിട്ടുണ്ടായിരുന്നില്ല അത്തരമൊരു ഭീകരസ്ഫോടന ശബ്ദം.

നാളുകൾ കഴിഞ്ഞപ്പോൾ സ്ഫോടനത്തിന്റെ ശബ്ദവും ഭീകരതയു മെല്ലാം സാധാരണയായി ഏവർക്കും സുപരിചിതവുമായി. വല്ലപ്പോഴും കേൾക്കാതിരിക്കുമ്പോഴാണ് ഗ്രാമം അസ്വസ്ഥമാകുന്നത്.

വിശാലമായിരുന്ന പാടം. പലവിധ കാർഷിക വിളവുകൾ ഉല്പാദി പ്പിച്ചിരുന്ന പാടം. ഇപ്പോൾ പലതും തുണ്ടംതുണ്ടമായി മുറിഞ്ഞു. ചില ഭാഗങ്ങൾ കൃഷിയില്ലാത്തിടങ്ങളായി മാറി. കുന്നിടിച്ച മണ്ണ് പാടം നികത്തി പറമ്പുകളായി. പലതരം കെട്ടിടങ്ങൾക്ക് അസ്തിവാരമിട്ടു. പച്ചപ്പാടത്തിന്റെ പല ഭാഗങ്ങളിലും കോൺക്രീറ്റ് വനങ്ങൾ!

പലതരം തൊഴിലുകൾ!

പല ദേശക്കാരായ തൊഴിലാളികൾ!!

പല ഭാഷക്കാരായ തൊഴിലാളികൾ!!!

ഗ്രാമത്തിന് പുതുമയായി.

പുതിയൊരു അനുഭവമായി.

നിലത്തുനിന്നും നോക്കിയാൽ കണ്ണെത്താത്ത ഉയരത്തിൽ, എണ്ണി യാൽ തീരാത്ത നിലകളിൽ കെട്ടിടങ്ങൾ ഉയരുന്നു.

കൂറ്റേരികുന്നിനേക്കാൾ ഉയരത്തിൽ!

ആ വർഷം ധാരാളം മഴ ലഭിച്ചു. പുഴയും അരുവികളും കരകവിഞ്ഞൊഴുകി.

“കാടു വെട്ടിയാലും മഴയുണ്ടാകും. കുന്നിടിച്ചാലും മഴ പെയ്യുമെന്ന് ഇപ്പോൾ ഉറപ്പായില്ലേ...?” മന്ത്രി പ്രസംഗത്തിൽ ചോദിച്ചു.

കേട്ടുനിന്നവർക്ക് രണ്ടഭിപ്രായമുണ്ടായിരുന്നില്ല.

നാടിന്റെ പുരോഗതിയും വികസനവും മാത്രമാണ് തന്റെ ലക്ഷ്യമെന്നും അതിനു മാത്രമാണ് തന്റെ പ്രവർത്തനമെന്നും അദ്ദേഹം കരഘോഷങ്ങൾക്കിടയിൽ പ്രസ്താവിച്ചു.

ഇതെല്ലാം വൈകി വന്ന മഹാഭാഗ്യമായി ജനങ്ങൾ അതിനെ സ്വീകരിച്ചു. എന്ത് കൊണ്ടിത് നേരത്തെ തോന്നിയില്ല എന്നും ചിലർ ചോദിക്കുകയുണ്ടായി.

മഴ കനത്തു. പെയ്തൊഴിയാത്ത ദിനരാത്രങ്ങൾ. കുന്നിലെ കരിങ്കൽ ക്വാറികളിൽ, ചെങ്കൽക്കുഴികളിൽ മഴ പെയ്ത് ജലവിതാനമുയർന്നു.

പുഴകളും തോടും വയലും എല്ലാം വെള്ളത്തിൽ.

കുന്നിൻമുകളിൽ തടാകത്തിലെന്നപോലെ ആഴവും വിസ്തൃതിയുമുള്ള ജലാശയങ്ങൾ!

പെയ്തൊഴിയാത്ത പെരുമഴ!

ഗതാഗതം സ്തംഭിച്ചു.

തൊഴിലിടങ്ങൾ നിശ്ചലമായി.

മഴ തോർന്നില്ല. വെള്ളം വറ്റാതിരുന്നപ്പോൾ ജനജീവിതവും ദുസ്സഹമായി.

ഗ്രാമം അന്നേവരെ കണ്ടിട്ടില്ലാത്ത പ്രളയങ്ങൾ.

ജനങ്ങൾക്ക് ആധിമൂത്ത് ദൈവങ്ങളെ വിളിച്ച് നേർച്ച നടത്തി,

അന്ന് വൈകുന്നേരം അമ്മ ഫോണിൽ വിളിച്ച് നാട്ടുവിശേഷങ്ങൾ എല്ലാം പറഞ്ഞിരുന്നു. നാട്ടിലുണ്ടായ കാലവർഷത്തിന്റെ ഭീഷണിയെപ്പറ്റിയും പറഞ്ഞു.

രാത്രിയായി.

ഞങ്ങൾ ഹോസ്റ്റലിലെ ഡൈനിങ് ഹാളിലിരുന്നു ഭക്ഷണം കഴിക്കുന്നതിനിടയിൽ 'കോടീശ്വരൻ' കാണുന്നുണ്ടായിരുന്നു. "ഇതാ പോയീ..."

അതിനിടയിൽ ഒരുഫ്ളാഷ് ന്യൂസ് എന്റെ കണ്ണിലൂടെ മിന്നിമറഞ്ഞു. മിന്നിമറഞ്ഞുപോകുന്ന ആ വാർത്താ ശകലത്തിന് വേണ്ടി ആകാംക്ഷയോടെ അടുത്ത നിമിഷത്തിനായി ഞാൻ അക്ഷമനായി.

കുന്നരു എൽ പി സ്കൂൾ ഉരുൾപൊട്ടലിൽ തകർന്നു.

ഞാൻ ഞെട്ടിത്തരിച്ചുപോയി. വീണ്ടും ആ വാർത്താശകലത്തിലേക്ക് ശ്രദ്ധിക്കാനാവാതെ ഞാൻ തളർന്നുപോയി.

എന്റെ സ്കൂൾ... ഞാൻ പഠിച്ച എന്റെ സ്കൂൾ.. കുട്ടികൾ.. എന്റെ ലക്ഷ്മി ടീച്ചർ..

എനിക്ക് ശ്വാസം മുട്ടുന്നതുപോലെ... തൊണ്ടയിലെന്തോ കുരുങ്ങിക്കിടക്കുകയാണ്.

പെട്ടെന്നുണ്ടായ എന്റെ വെപ്രാളവും പരവശതയും കണ്ട് കൂട്ടുകാർ ഉൽക്കണ്ഠാകുലരായി.

"എന്തുപറ്റി..?"

"അരുൺ... എന്താണ്?.... അരുൺ?"

കൂട്ടുകാരുടെ കൈത്താങ്ങിൽ എന്നെ കട്ടിലിൽ കൊണ്ടു പോയി കിടത്തി. ഞാൻ കണ്ണടച്ചുകിടന്നു. എന്റെ കൺമുമ്പിലൂടെ കൂറ്റേരികുന്ന് ഭ്രാന്തമായി പൊട്ടിച്ചിതറുകയാണ്. വിസ്ഫോടനം പോലെ കൂലംകുത്തി ഒഴുകിവരുന്നു. സകലതും തച്ചുടച്ച് രൗദ്രമൂർത്തിയായി...

എന്റെ തലയ്ക്കകെത്താണ് പാറക്കൂട്ടങ്ങൾ ചിതറിത്തെറിച്ചുകൊണ്ടിരിക്കുന്നത്. എനിക്ക് ഓടിയൊളിക്കാനാവുന്നില്ല. ഞാൻ കുതറിയോടാൻ വെമ്പുകയാണ്.

പക്ഷേ, കൂട്ടുകാർ കട്ടിലിൽത്തന്നെ പിടിച്ചുകിടത്തുകയായിരുന്നു.